அன்பின் நூலிழை

குறு நாவல்

மகிழருவி

வெளியீடு

தந்தை ஆமோசு ஆசிரியர் பன்னாட்டு நூலகம்

பாண்டவர்மங்கலம்

கோவில்பட்டி

நன்றி
பிழை திருத்தம் செய்து உதவிய
கோவில்பட்டிப் பசுமை இயக்கச் செயலர்
திரு. மு. செகசோதி அவர்களுக்கு.

தட்டச்சு மற்றும் புத்தக வடிவமைப்பு
ஸ்ரீ ஹரிணி டெக்னிக்கல் இன்ஸ்டிடியூட்,
18 எஸ் / 6 திருநகர், 3 வது தெரு, நாடார் மேல்நிலைப் பள்ளி
எதிரில், கோவில்பட்டி.

அணிந்துரை

இந்த நூலை எழுதியவர் தமிழ் எழுத்துலகிற்குப் புது வரவு. இதற்கு முன் ஒரு கவிதைத் தொகுப்பை மற்றொரு புனை பெயரில் எழுதியிருக்கிறார். அதையும் நான் படித்திருக்கிறேன். இது போன்ற புதிய எழுத்தாளர்களை நாம் மகிழ்ச்சியோடு வரவேற்க வேண்டும்.

குறுநாவல் வடிவம் இவருக்கு முதல் முயற்சி. கதையின் முடிவு, போக்கு, சாராம்சம் பற்றிய கருத்துகளை வாசகர்கள் அவருடன் பகிர்ந்து கொள்ள வேண்டும். நல்ல விமர்சனங்கள் அவருடைய அடுத்தடுத்த எழுத்துப் பணிக்கு உதவிகரமாக இருக்கும்.

இப்படிக்கு
ஆ. மோகன்தாசு

அத்தியாயம் - 1

ஒசையற்ற தனிமைக்குள்
மூழ்கியிருந்தேன்.

மெது மெதுவாக நகருகின்றன
காலத்தின் நொடிகள்.

நிசப்தத்தோடு
உரையாடுகிறேன்.

கவிதைகளை வாசிப்பது மனதுக்கு நிறைவாக இருந்தது பாலுவுக்கு.

மிகச் சமீபத்தில் தான் கோவில்பட்டிக்குக் குடிபெயர்ந்திருந்தது பாலுவின் குடும்பம். புதிய ஊர், புதிய மனிதர்கள் எனும் வாழ்க்கை பெரிய வெற்றிடத்தை உருவாக்கியிருந்தாலும் ஒரு பேரார்வத்தையும் அவனுக்குள் தூண்டிவிட்டிருந்தது.

பள்ளியில் தந்திருந்த வீட்டுப் பாடங்களை எழுதி முடித்த கையோடு நேரத்தைக் கழிப்பது மிகவும் சிரமமாக இருந்ததால் தெருவில் இறங்கி நடக்கத் தொடங்கினான். அந்தி சாயும் நேரம். தெருவில் ஆள் நடமாட்டம் குறைந்திருந்தது.

மாலை நேரத் தென்றல் மென்மையாக வருடிச் சென்றது. கொஞ்ச தூரம் நடந்து செல்கையில் அரசுப் பொது நூலகம் எதிர் முனையில் வந்தது. வாசிப்புப் பழக்கமும் ஆசையும் இருந்தாலும் அவன் உள்ளே செல்லவில்லை. அப்போதைய அவனது மனநிலையானது வாசிக்கவும் சிந்திக்கவுமான நிலையில் இல்லை.

நூலகத்தைக் கடந்து நடந்து சென்றான். அந்த நேரத்தில் புத்தகம் வாசிக்கும் ஆர்வமற்று இருந்ததால், கடை வீதியை வேடிக்கை பார்த்தபடி நடந்து கொண்டிருந்தான்.

ஒரு மளிகைக் கடையும் ஒரு சிகை திருத்தும் நிலையமும் அடுத்தடுத்து வந்தன. அவற்றைக் கடந்ததும் ஒரு சிறிய விளையாட்டு மைதானம் வந்தது. மைதானத்தின் ஒரு ஒரத்தில் வாகை மரமொன்று கிளைகளை விரித்தபடி ஒரு முதிர்ந்த ஞானியைப் போல அமைதியாக நின்று கொண்டிருந்தது.

அங்கே ஏழெட்டுப் பெரிய பையன்கள் பந்து விளையாடிக் கொண்டிருந்தனர். அவர்கள் விளையாடுவதை அவன் அந்த மரத்தடியில் நின்று வேடிக்கை பார்க்கத் தொடங்கினான். அவனுக்கும் அவர்களோடு சேர்ந்து விளையாட ஆசை வந்தது. ஆனால் அவன் அவர்களிடம் சென்று கேட்க முடியவில்லை. ஏனெனில் இயல்பிலேயே அவன் கூச்ச சுபாவமுடையவன். மேலும் அவனோ அவர்களை விடச் சிறியவன். அதோடு இல்லாமல் அவர்களைப் போன்று நன்றாக விளையாடத் தெரியாது. மேலும் புதிய நபர்களிடம் அவனாகச் சென்று பேசுகிற துணிச்சல் இல்லை அவனுக்கு.

அந்த மைதானத்தின் மறுபுறத்தில் இன்னொரு சிறுவன் அவர்கள் விளையாடுவதை வேடிக்கை பார்த்துக் கொண்டிருந்தான். பாலு மெதுவாக நடந்து அந்தச் சிறுவனின் அருகில் சென்றான். அவன் மிகவும் பழைய ஆடைகளை அணிந்திருந்தான்.

மைதானத்தைக் கடந்து அவர்கள் நின்று கொண்டிருந்த பக்கம் பந்து வரும் போது அந்தச் சிறுவன் ஓடிச் சென்று பந்தைப்பிடித்து மீண்டும் மைதானத்திற்குள் பந்தை எறிவான்.

விளையாட்டில் சேரவில்லை என்றாலும் தானும் அவர்களோடு விளையாடுவதாக நினைத்தான் அந்தச் சிறுவன். அவனைப் பார்ப்பதற்குப் பாலுவுக்குப் பாவமாக இருந்தது. அந்தச் சிறுவன் பாலுவிடம் வந்து தனது பெயர் கண்ணன் என்று தன்னை அறிமுகம் செய்தான். பிறகு,

'நீ எந்த ஸ்கூல்ல படிக்கற' என்றான்.

'வ. உ. சி ஸ்கூல்ல'.

'நானும் அங்க தான் படிக்கிறேன்'

'எத்தனையாவது வகுப்பு'

'ஒன்பதாம் வகுப்பு'

'நான் பத்தாவது படிக்கிறேன்'.

அவ்வாறு தொடங்கிய அவர்களது பேச்சு சில நிமிடம் தொடர்ந்தது. பிறகு,

'நான் வீட்டுக்குப் போவணும், எங்க வீட்டுல என்னத் தேடுவாங்க' என்று கூறிவிட்டுக் கண்ணன் கிளம்பினான்.

என்ன நினைத்தானோ என்னவோ பாலுவும் அவனோடு இணைந்து பேசிக் கொண்டே வீட்டிற்குத் திரும்பினான். அவர்களுக்கிடையே ஒரு நல்ல நட்பு அந்த அந்திசாயும் நேரத்தில் பூக்கத் தொடங்கியது.

....

சில நாள்களிலேயே பாலுவுக்கும் கண்ணனுக்கும் இடையிலான நட்பு மிகவும் நெருக்கமானதாக மாறியது.

அன்று பள்ளி விடுமுறை தினம். கண்ணன் காலையிலேயே பாலுவின் வீட்டிற்கு வந்து விட்டான். அவனுடன் மேலும் இரு மாணவர்கள் வந்திருந்தனர். கண்ணன் பாலுவிற்கு அவர்களை அறிமுகம் செய்துவைத்தான்.

'இவங்களும் நம்ம தெருல தான் இருக்காங்க, படிக்கறதும் நம்ம ஸ்கூல்ல தான். இவன் பேரு சுரேஷ், அவன் பேரு மகேஷ்'

அவர்கள் நால்வருமாக மைதானத்திற்கு விளையாடச் சென்றார்கள்.

பால்யத்தின் உற்சாகமும் பூரிப்பும் நிறைந்து ஓடி ஆடி விளையாடினார்கள். ஒவ்வொரு தினமும் வெவ்வேறு விளையாட்டுகள். சிறிது நாள்கள் பம்பரம் விளையாடுவார்கள். சில நாள்கள் கில்லி விளையாடினார்கள். பிறகு கிரிக்கெட். மேலும் சில நாள்கள் கால்பந்து.

ஆறு மாத இடைவெளியில் நால்வரும் நல்ல நண்பர்களாகி விட்டனர். பொதுத் தேர்வில் மற்றப் பள்ளி மாணவர்களுடன் போட்டியிட்டுப் படிக்க வேண்டுமென்பதால் மாலையில் அவர்கள் ஒரே டியூசனுக்குச் சென்று படிக்கத் தொடங்கினார்கள்.

மகேஷும், பாலுவும் ஒன்பதாம் வகுப்பு என்பதால் டியூசனில் ஒரே வகுப்பு. கண்ணனும், சுரேஷும் பத்தாம் வகுப்பு என்பதால் டியூசனில் அவர்களுக்குத் தனி வகுப்பு.

நால்வரும் ஒன்றாகவே பள்ளிக்குச் சென்றார்கள்.
ஒன்றாகவே பள்ளியிலிருந்து திரும்புவார்கள். பிறகு
டியூசனுக்கும் அதே மாதிரி. டியூசன் முடிந்ததும் மைதானத்திற்கு
விளையாடச் செல்வார்கள். விளையாட்டு முடிந்த பிறகு, சிறிது
நேரம் பள்ளியில் நடந்த கதைகளைப் பேசுவார்கள்.

பாலுவிற்குக் கோவில்பட்டியின் புதுமையும்
தொடக்கத்திலிருந்த தனிமையும் கரைந்து போனது.
நண்பர்களின் துணை வாழ்வில் ஆழமாக ஊடுருவி விடுகிறது.
நல்ல நட்பு ஒரு மலர்ந்து விரிந்த ரோஜாவைப் போலப்
புத்துணர்வோடு வாழும் வழியைக் காட்டுகிறது.

ஒருநாள் அவர்கள் விளையாடிவிட்டு மைதானத்தில்
ஒன்றாக அமர்ந்து எப்போதும் போலப் பேசிக்
கொண்டிருந்தார்கள்.

'நேத்து தொலைக்காட்சியில் போட்ட திரைப்படம்
ரொம்ப நல்லா இருந்தது' இப்படியாக அன்றைய பேச்சைத்
தொடங்கினான் மகேஷ்.

சுரேஷ் : ஆமாண்டா, நல்ல காதல் கதை
கண்ணன் : எனக்கு இந்தக் காதல் கத்தரிக்கா எல்லாம்
            சுத்தமாகப் பிடிக்காது

பாலு அமைதியாகக் கேட்டுக் கொண்டிருந்தான்.
அவனுடைய கூச்ச சுபாவம் அவனைப் பேசவிடாமல் தடுத்தது.
பாலு அமைதியாக இருப்பதைப் பார்த்த மற்றவர்கள்
வேண்டுமென்றே அவனைச் சீண்டினார்கள்.

சுரேஷ் : டேய்.. பாலுவுக்கு நாம ஒரு காதலியைத்
            தேர்ந்தெடுக்கணும். இவன் மட்டும் எப்படி ஒதுங்கியே

இருக்கலாம்

மகேஷ் : அப்படீன்னா நம்ம ட்யூசனுக்கு வர்ற யாழினி தான்
இவனோட காதலி

சுரேஷ் : இல்ல.. இல்ல.. அந்தப் பொண்ணு கொஞ்சம்
ஒல்லி.. வேணாம்

பாலுவுக்கு யாழினி மனதில் தோன்றி மறைந்தாள்.

நீண்ட பேச்சுவார்த்தைக்குப் பிறகு மூவரும் பாவனா
எனும் சக மாணவியை அவன் காதலியாக ஒருமனதாக முடிவு
செய்தார்கள்.

சுரேஷ் : அது சரிதான்.. அந்தப் பொண்ணு முகம் தான்
நல்ல களையா இருக்கும்

பாலு எதுவும் பேசவில்லை. சிறிது நேரப் பேச்சுக்குப்
பிறகு அவர்கள் தங்கள் வீடுகளுக்குக் கலைந்து சென்றார்கள்.

துணையோடிருந்தால்
குறைவாகத் தெரிகிற
வாழ்வின் நீளம்

தனிமையில்
பாலை நிலத்தில்
நடந்தலைவதைப்
போல

நீண்டு விடுகிறது
முடிவற்று.

அன்றிரவு பாலு படுக்கையில் படுத்தபடி யோசித்துக் கொண்டிருந்தான். அவனுக்குப் பாவனாவின் முகம் நினைவில் வரவில்லை. பாவனா, பாலு இருவருக்கும் முதலெழுத்து ஒன்றாக இருந்தது அவனுக்கு மகிழ்ச்சியாக இருந்தது.

சிறிது நேரத்தில் அவனுக்குத் தூக்கம் வந்தது. அதில் அவனுக்குக் கனவு வந்தது. கனவில் வானில் ஒரு விண்மீன் நகர்ந்து மற்றொரு விண்மீனுக்கு அருகில் சென்றது.

மறுநாள் ட்யூசனில் பாலுவும், மகேஷும் அருகருகே அமர்ந்து பேசிக் கொண்டிருந்தார்கள். மகேஷ் எதை எதையோ பேசிக் கொண்டிருந்தான். பாலுவுக்கு அவனது பேச்சில் கவனம் செல்லவில்லை.

அன்று காலை முதல் அவனுக்குப் பாவனா எப்படி இருப்பாள் என்கிற எண்ணங்கள் அலை பாய்ந்து கொண்டிருந்தன. இன்று எப்படியாகிலும் அவள் முகத்தைக் காண வேண்டுமென உள்ளூர ஆசைப்பட்டான்.

ஆனால் அன்று பாவனா விடுப்பு எடுத்திருந்தாள். அது பாலுவிற்குத் தெரியாது. கடைசி வரை அவனால் அவளைக் காணமுடியவில்லை. அன்றைய நாளில் அவன் எதையோ பறிகொடுத்ததைப் போலச் சோகமாகயிருந்தான்.

இரண்டு கண்கள்

ஒரு மூக்கு

ஒரு வாய்

ஒரு நெற்றி

இரண்டு கன்னங்கள்

எத்தனை கோடி முகங்கள்

இந்த ஐந்தும் சேர்ந்து.

அன்றிரவு பாலுவிற்குத் தூக்கம் வரவில்லை. பல்வேறு பெண்களின் முகங்கள் அவன் மனதில் வந்து போனது. இதில் எந்த முகம் அவளுடையது. அவனால் அவளது முகத்தை இனங்காண முடியவில்லை.

மனிதர்களுடைய முகங்களைப் பார்ப்பது தான் எவ்வளவு அலாதியானது. அது நிகழாததால் பாலுவின் மனம் கலங்கியது. கண்கள் ஈரமானது. அழ வேண்டும் போலிருந்தது. யாரென்று தெரியாத ஒருவரை நினைத்து அழ முடியுமா? சிறிது நேரத்தில் அவன் தூங்கத் தொடங்கினான்.

மறுநாள் வழக்கம் போல் ட்யூசனில் பாலுவும் மகேஷும் பேசிக் கொண்டிருந்தார்கள். பாலுவிற்குப் பாவனா பற்றிய நினைவுகள் இன்று வரவில்லை. அவன் முந்தைய நாளில் எழுதிய கணிதப் பாடங்களைத் திருப்பிப் பார்த்துக் கொண்டிருந்தான்.

அப்போது இரண்டு மாணவிகள் அவர்கள் வகுப்பிற்குள் வந்து அமர்ந்தார்கள். உடனே மகேஷ் பாலுவிடம்,

'டேய், டேய்.. அதோ முதல் வரிசையில் வலதுபுறம் அமர்ந்து இருக்கிறாளே, அவள் தான் பாவனா'

என்று அவன் காதில் கிசுகிசுத்தான்.

பாலு அவளை நிமிர்ந்து பார்த்தான். பின்புறமிருந்து அவன், அவளைப் பார்ப்பது அவளுக்குத் தெரியாததால் அவள் திரும்பவில்லை. அவன் அவ்வப்போது தலை நிமிர்ந்து அவளைப் பார்ப்பான். பாலு அவளைப் பார்க்க நினைப்பது மகேஷுக்குத் தெரிந்து விடக் கூடாதென அவன் நினைத்ததால் ஒரு முறைக்கும் மற்றொரு முறை நிமிர்ந்து பார்ப்பதற்கும் சில நிமிட இடைவெளிகளை விட்டு விட்டுப் பார்த்தான்.

சில தருணங்களுக்குப் பிறகு பாலு அவளை நிமிர்ந்து பார்த்த அதே நொடியில் அவளும் எதேச்சையாகப் பின்புறமாகத் திரும்பிப் பார்த்து விட்டு மீண்டும் முன்புறம் திரும்பிக் கொண்டாள். ஆனால் அவன் அவளைப் பார்த்தது அவளுக்குத் தெரியவில்லை.

பாலுவிற்கு மனம் படபடத்தது. அன்று முழுவதும் அவனுக்குக் கணிதப் பாடங்கள் காதில் விழவில்லை. அவ்வப்போது அவளை நிமிர்ந்து பார்ப்பதும் வேறு யாரும் தன்னுடைய செய்கையைக் கவனிக்கிறார்களா என உறுதி செய்வதுமாக இருந்தான்.

அன்றைய வகுப்பு முடிந்ததும் அவன் நண்பர்களோடு விளையாடச் செல்லவில்லை. நேராக வீட்டிற்குச் சென்று விட்டான்.

அன்றிரவு பாலு படுக்கையில் படுத்திருந்தான். அவன் அடிக்கடி பாவனாவின் முகத்தை மனத் திரையில் வரவைப்பதும் பிறகு அதிலிருந்து விலகி வேறு சிந்தனைகளில் மூழ்க எத்தனித்து அதில் தோற்று மீண்டும் மீண்டும் பாவனாவின் முகத்தை வரவழைப்பதுமாக யோசித்துக் கொண்டிருந்தான்.

முதன்முறையாக அவன் மனதில் ஒரு பெண்ணைப் பற்றி நினைப்பதும் அவளுக்காக ஏங்குவதும், தவிப்பதும் அவனுக்கு வேதனையும், மகிழ்ச்சியும், விநோதமுமான உணர்வுகளைத் தந்தது.

ஒரு ஆண் எதற்காகப் பெண்களைப் பற்றி நினைக்க வேண்டும். அந்தப் பெண் அவன் நினைவுகளுக்குள் வருமுன்னே அவன் நண்பர்ளோடு மகிழ்ச்சியாக இருந்தானே? தன்னுடைய நண்பர்களும் பெண்களைப் பற்றி ஆர்வமாகப் பேசுகிறார்கள். அவர்கள் தானே அவனுக்காக அவளைத் தேர்ந்தெடுத்தார்கள். இதெல்லாம் எதற்காக? அதற்கான பதில் அவனுக்குத் தெரியவில்லை. ஆனால் அந்தத் தவிப்பு அவனுக்கு பிடித்தமானதாக இருந்தது.

சிறிது நேரத்தில் அவன் தூங்க ஆரம்பித்தான். அவனது கனவில் விண்ணில் இரண்டு விண்மீன்கள் அருகருகே நின்று கொண்டு நலன் விசாரித்துக் கொண்டிருந்தன.

அன்று பாலுவும், மகேஷும் வழக்கம் போல் ட்யூசனில் பேசிக் கொண்டிருந்தார்கள். அவர்கள் எப்போதும் கடைசி வரிசைக்கு முந்தைய வரிசையில் தான் அமர்வார்கள். அது தான் அவர்களின் கிசுகிசுப் பேச்சுக்கு வசதி.

முதல் நாள் போலவே பாவனாவும் அவள் தோழியும் வகுப்பிற்கு உள்ளே வந்து கொண்டிருந்தார்கள். அப்போது மகேஷ் வேண்டுமென்றே 'பாலு' என்று எல்லோரும் கேட்கும்படிச் சத்தமாகக் கத்தினான்.

பாலு என்னவோ ஏதோவெனத் திடுக்கிட்டு நிமிர்ந்து பார்க்கையில் சப்தம் வந்த திசையில் பாவனாவும் பார்க்க இருவரும் ஒருவரை ஒருவர் பார்த்துக் கொண்டார்கள்.

இருவரது பார்வையும் மோதிக் கொண்டன முதன்முதலாக. அதிலிருந்து ஒரு ஜோடிப் பறவைகள் முளைத்து விண்ணில் பறந்தன.

வெட்கம் தாளாமல் பாலு வேறு திசையில் பார்வையைத் திருப்பிக் கொண்டான். சிறிது நேரம் கழித்துப் பாவனா பின்புறமாகத் திரும்பிப் பார்த்த போது பாலுவும் அவளை நிமிர்ந்து பார்த்தான். எதேச்சையாகத் தான். இப்போது பாலுவிற்கு வெட்கம் வரவில்லை. அவன் அவளது விழிகளை இரண்டு மூன்று விநாடிகள் வரை பார்த்தான்.

அவனுக்கும் அவளுக்கும் நீண்ட காலப் பந்தம் இருப்பது போன்றதொரு உணர்வு வந்தது. அவளுடைய பார்வையில் ஒருவிதத் தோழமையும் பரிவும் தன் மீதிருந்தை உணர்ந்தான்.

அன்று கணித ஆசிரியர் தேர்வுத் தாள்களைத் திருத்தி மதிப்பெண்களை அறிவித்துக் கொண்டிருந்தார். கணிதத் தேர்வில் பாவனா, பாலு இருவரும் முழு மதிப்பெண்கள் பெற்றிருந்தார்கள்.

ஆசிரியர் அவர்கள் இருவரையும் முன் வரிசைக்கு அழைத்து எல்லோர் முன்னிலையிலும் பாராட்டினார். அப்போது இருவரும் ஒருவரையொருவர் பார்த்துக் கொள்ளவில்லை ஆனாலும் அவள் தன் மீது மதிப்பும், பிரியமும் கொண்டிருப்பதாக அவன் உணர்ந்தான்.

மெல்லிய
பார்வையில்
தொடங்குகிறது

போகப் போக
உள்ளத்தை
நொறுக்கிப் போடுகிறது

அன்றிரவு பாலு மிக மகிழ்ச்சியாக இருந்தான். அவன் நண்பர்களோடு விளையாடச் செல்லவில்லை. சீட்டியடித்துக் கொண்டே தெருவில் நடந்து சுற்றிவிட்டு வந்து படுக்கையில் படுத்திருந்தான்.

பாவனாவின் பார்வை அவனது ஆழ்மனதில் பதிந்து இருந்தது. அதிலிருந்து அவள் அவனை நோக்கிப் புன்னகைத்தாள். இவனும் அவளை நோக்கிப் புன்னகைத்தான். கற்பனையில் அவளோடு நீண்ட நேரம் பேசிக் கொண்டிருந்து விட்டு பிறகு தூங்கினான். உண்மை எதுவாக இருந்தாலும் அவனுக்குள் அவன் நம்பிக்கை கொண்டிருந்ததே உண்மையென அவன் கனவில் வந்தது.

ட்யூசனுக்கு அன்று ஆசிரியர் வரத் தாமதமானதால் மாணவர்கள் ஒருவருக்கொருவர் பேசிக் கொண்டிருந்தார்கள். அப்போது பாவனாவின் தோழி, பாலுவிடம் வந்து

'எங்களுக்கு நேத்து வகுப்புல சொல்லிக் கொடுத்தது புரியல, எங்க சந்தேகத்துக்கு விளக்கம் சொல்லித் தரீங்களா?' எனக் கேட்டாள்.

பாலுவும் சரியென்று தயங்கியபடியே அவளைப் பின் தொடர்ந்து அவர்கள் இருக்கைக்கு அருகே சென்றான். அன்று தான் அவன் முதன்முதலாகப் பாவனாவிடம் பேசினான்.

'எங்களுக்குத் திரிகோணமிதி சூத்திரங்கள எப்டி நிறுவுறதுன்னு தெரில' என பாவனா சொன்னாள்.

பாலு உடனே அவனது நோட்டுப் புத்தகத்தில் ஒரு செங்கோண முக்கோணத்தை வரைந்து அடுத்த பக்கம், எதிர் பக்கம், கர்ணம் முதலானவற்றை விளக்கினான்.

ஆசிரியர் சொல்லியபோது குழப்பமாயிருந்தது இப்போது எளிதாகப் புரிந்தது. அப்போது அவன் தன் இருக்கைக்குத் திரும்ப எத்தனித்த போது 'ஒரு நிமிடம்' என்றாள் பாவனா.

'என்ன' என்பது போல அவள் முகத்தைப் பார்த்தான். அவள் தன்னுடைய கைப்பையிலிருந்து ஒரு சாக்லேட்டை எடுத்துத் தன்னுடைய பிறந்த நாள் என்று கூறிப் புன்னகைத்தாள். அந்த நொடியில் அவன் அவளது முகத்தில் தனது முகத்தைப் பார்த்தான்.

பாலு தனது பிறந்த நாள் வாழ்த்துகளைக் கூறினான்.

இப்போதெல்லாம் நண்பர்களோடு பெரும்பாலும் விளையாடச் செல்லாமல் தவிர்த்து வந்தான். அடிக்கடி ஏதாவது காரணம் சொல்வான் அவர்கள் கேட்கும் பொழுதெல்லாம். ஒரு விடுமுறை நாளன்று கண்ணன் பாலுவின் வீட்டிற்கு வந்து,

'ஏ வாடா.. விளாடப் போலாம்' என அவனை அழைத்தான்.

'இல்லடா.. எனக்கு உடம்பு சரியில்ல.. நான் வரல..' மறுத்தான் பாலு.

ஆனால் அவன் அப்போது தான் குளித்து முடித்துப் புதிய ஆடைகளை அணிந்திருந்தான். கண்ணன் அவனை மேலிருந்து கீழ் வரை பார்த்துவிட்டு,

'அப்படியா, சரி நான் பிறகு வர்றேன்' என்று கூறிச் சென்றுவிட்டான்.

சிறிது நேரம் கழித்து மீண்டும் கண்ணன் வந்தான். இப்போது அவனுடன் மகேஷும், சுரேஷும் வந்திருந்தார்கள்.

'ரொம்பவும் பிகு பண்ணாத, வா போலாம்' மூவரும் சேர்ந்து அழைத்தார்கள்.

வேறு வழியில்லை என்பதால் அவர்களுடன் விளையாடச் சென்றான். செல்லும் வழியில் 'தனக்கு உடம்பு சரியில்லை' என்று புலம்பிக் கொண்டே வந்தான் அவன்.

'உடம்பு சரியில்லையா? மனசு சரியில்லையா?' என்று கூறிவிட்டு நமட்டுச் சிரிப்பு சிரித்தான் மகேஷ்.

அன்று மதியம் முழுவதும் விளையாடிவிட்டு களைப்போடு நால்வரும் அமர்ந்து பேசிக் கொண்டிருந்தார்கள். வழக்கம் போல அவர்கள் தங்கள் வகுப்புப் பெண்களைப் பற்றிப் பேசத் தொடங்கினார்கள்.

மகேஷ் : போகிற போக்கைப் பார்த்தா பாலுவும்,
         பாவனாவும் காதல் பறவையாக மாறிடுவாங்க
         போல

பாலு பதிலெதுவும் சொல்லாமல் அமைதியாக
இருந்தான்.

கண்ணன் : சே, சே, அதெப்படி நடக்கும். எங்க ஊருக்குத் தெக்க
இருக்கற ஊராச்சே அந்தப் பொண்ணோட ஊரு..
பாலுவும் அந்தப் பெண்ணும் வேற வேற
ஆள்களாச்சே., ஒரே ஆள்கள்னா பிரச்சினை
இல்லை. வேற வேற ஆள்கள்னா பொண்ணு
குடுப்பாங்களா? வீட்ட விட்டு ஓடிப் போறதிண்ணா
அவ்ளோ சுலபமா?

பாலுவிற்குத் திடீரெனக் கல்லைத் தூக்கிப் போட்டது
போலிருந்தது. அந்த வயதில் அவனுக்குச் சமூகச் சூழ்நிலைகள்
காதல், கல்யாணம் இவற்றில் உள்ள நடைமுறைச் சிக்கல்கள்
எதுவும் பெரிதாகத் தெரியாது. ஏமாற்றம் நிறைந்த உணர்வுகளை
மறைத்துக் கொண்டான்.

பாலு : அதெல்லாம் ஒண்ணுமில்ல. சும்மா நண்பர்கள்
தான்

சுரேஷ் : வெறும் நட்புன்னா ஒண்ணும்பிரச்சினையில்ல

சிறிது நேரம் கழித்து அவர்கள் பேசிமுடித்து விட்டுத்
தங்கள் வீட்டிற்குத் திரும்பினார்கள்.

சம பங்கு கொண்டது
வெளிச்சமும், இருளும்

அன்றிரவு பாலுவிற்குத் தூக்கம் வரவில்லை. ஒரு கருந்திரை அவன் பாதையின் குறுக்கே விழுந்தது. அவனைச் சுற்றிலும் இருள் சூழ்ந்தது. அவனது கனவில் அருகருகே இருந்த இரண்டு விண்மீன்கள் விலகிச் சென்றன.

பாவனாவின் முகம் மனதில் வந்து போனது. பிறகு வேற, வேற ஆள்கள் எனும் கண்ணனின் குரல் வந்தது. அவன் பார்த்திருந்த திரைப் படங்களில் சமூகத்தைக் காரணம் காட்டிக் காதலர்களைப் பிரிப்பதும் அவர்களைக் கொலை செய்வதும், கிராமங்களுக்குள் கலவரங்கள் நடப்பதும் நினைவுக்கு வந்தது. கண்ணன் சொல்லியதிலிருந்த உண்மை பாலுவுக்குப் புரிந்தது.

அதன்பிறகு பாலு டியூசன் செல்வதை நிறுத்திக் கொண்டான். மகேஷ் அவனது வீட்டிற்கு வந்து கேட்ட போது தான் மற்றப் பாடங்களைப் படிப்பதற்குத் திட்டமிட்டு இருப்பதாகவும் இனிமேல் டியூசனுக்கு வரப் போவதில்லையெனவும் கூறினான். மகேஷ் எவ்வளவோ வற்புறுத்தியும் பாலு பிடிவாதமாக மறுத்ததால் அவனும் சரியென்று சென்றுவிட்டான்.

****

அத்தியாயம் - 2

நமக்குத் தெரியாமல்
வாழ்க்கை மாறுகிறது.

வானின் வண்ணங்கள்
மாறி விடுவதைப் போல.

நிறைவேறாத ஆசைகள் அவனது மனதில் கடலின்
ஆழத்திலுள்ள பாசியைப் போலப் படிந்திருந்தன. காலம்
வெகுவேகமாக உருண்டோடியது. கிட்டத் தட்ட மூன்றாண்டுகள்
சென்றுவிட்டன.

பாலு பன்னிரண்டாம் வகுப்பை முடித்துவிட்டுக்
கல்லூரியில் இளங்கலைப் பட்ட வகுப்பில் சேர்ந்து இருந்தான்.
கண்ணனோ குடும்பச் சூழ்நிலை காரணமாகப் பத்தாம்
வகுப்போடு படிப்பை நிறுத்திவிட்டு வேலைக்குச் செல்ல
ஆரம்பித்தான்.

அன்று கண்ணன் ஒரு டீக்கடையில் பாலுவோடு
பேசிக்கொண்டிருந்தான்.

'மகேஷுக்கு ராணுவத்தில் பணி புரிய வேலை
கிடைச்சிடுச்சு.. நம்ம நண்பன் ஒருத்தன் நாட்டுக்காக
வேலை பாக்கறது ரொம்பப் பெருமையாக இருக்கு'

'எனக்கும் கூட ரொம்ப சந்தோசம். நாங்க படிக்கிற காலேஜ்ல தான் சுரேஷும் சேர்ந்திருக்கான். அவங்க அப்பா உடம்பு சரியில்லாததால் அவன் படிப்புல ஒரு வருஷம் கேப் விழுந்திடுச்சு'

'ஆமா.. பாவம்'

'நம்ம குரூப்ல நீங்க ரெண்டு பெரு தான் இப்போ காலேஜ் வரை வந்திருக்கீங்க.. நீங்க நல்லாப் படிக்கணும்'

'கண்டிப்பா'

சிறிது நேரம் கழித்து அவர்கள் பேசிமுடித்து விட்டுத் தங்கள் வீட்டிற்குத் திரும்பினார்கள்.

-----------------------.

கடைசியாக டியூசன் விட்டு நின்ற பிறகு பாலு பாவனாவைப் பார்க்கவில்லை. ஒரு நாள் கண்ணன் அவளுக்குத் திருமணம் நிச்சயமாகியிருந்ததாகக் கூறினான்.

பாலுவும், மகேஷும் ஒன்றாக டியூசன் சென்று வந்தது போல் இப்போது பாலுவும், சுரேஷும் ஒன்றாகக் கல்லூரி சென்று வந்தார்கள். சுரேஷ் பாலுவை விட ஒரு வயது மூத்திருந்தாலும் இப்போது அவன் பாலுவுக்கு நெருக்கமான நண்பனாக மாறினான்.

மகேஷ் ராணுவத்திற்கு வேலைக்குச் சென்றதால் ஏற்பட்ட வெற்றிடத்தைச் சுரேஷின் நட்பு நிரப்பியிருந்தது.

அவர்கள் படிக்கிற கல்லூரி கோவில்பட்டியிலிருந்து நீண்ட தூரத்தில் இருந்ததால் அவர்கள் இருவரும் கல்லூரிக்கு அருகிலேயே தனி அறை எடுத்துத் தங்கியிருந்தார்கள்.

சில நாள்களுக்குப் பிறகு அவர்கள் படிக்கிற கல்லூரியில் சாரா எனும் மாணவி புதிதாகச் சேர்ந்திருந்தாள்.

ஒருநாள் சுரேஷ் பாலுவிடம்

'யே பாலு, நம்ம காலேஜ்க்குப் புதுசா சாரான்னு ஒரு பொண்ணு வந்திருக்கா. அந்தப் பொண்ணு தான் நம்ம காலேஜ்லயே ரொம்ப அழகுன்னு எல்லாரும் சொல்றாங்க' என்று சொன்னான்.

'ஓ, அப்படியா' எனச் சுரத்தில்லாமல் பதிலளித்தான் பாலு. அவன் இன்னும் பாவனாவின் நினைவுகளிலிருந்து மீண்டிருக்கவில்லை.

பாலுவிற்கு நன்றாகப் படிப்பு வந்ததால் அவன் எல்லா ஆசிரியர்கள் மற்றும் மாணவர்கள் மத்தியில் கவனம் பெற்றிருந்தான். விடுதிகளில் மாணவர்கள் அவ்வப்போது சாராவைப் பற்றிப் பேசிக் கொண்டிருப்பார்கள். ஆனால் பாலுவோ சாராவைப் பொருட்படுத்தாமல் எல்லா மாணவிகளிலும் ஒருவராகத் தான் கருதினான். அவனது அந்தப் போக்கு சாராவிற்கு அவன் மீது நன்மதிப்பைத் தந்தது.

பாலுவிற்கு இப்போது பழைய மாதிரி கூச்ச சுபாவம் இல்லை. கல்லூரியின் இலகுவான சூழ்நிலை அவனை மாற்றியிருந்தது. அவன் இயல்பாக அவனது பெண் தோழிகளிடம் பேசிப் பழகினான்.

சில மாதங்களுக்குப் பிறகு அவர்கள் கல்லூரியில் ஆண்டு விழா நடத்தத் திட்டமிட்டிருந்தார்கள். அதற்காக மாணவ மாணவியர்கள் பல அணிகளாகப் பிரிக்கப்பட்டிருந்தார்கள். பாலுவும், சாராவும் கலைப்பிரிவிலுள்ள போட்டிகளுக்குச் சேர்க்கப் பட்டிருந்தார்கள். பாலு ஆண்கள் குழுவின் தலைமைக்கும், சாரா பெண்கள் பிரிவின் தலைமைக்கும் நியமிக்கப்பட்டார்கள். அவர்களுக்குள் என்ன நிகழ்ச்சி நடத்தலாம் என விவாதம் தொடங்கியது.

ஆண்கள் : எங்க அணிதான் ஜெயிக்கும்

பெண்கள் : எங்க அணிதான் ஜெயிக்கும்

ஆண்கள் : நீங்க என்ன நிகழ்ச்சி நடத்தத் திட்டம்..

பெண்கள் : நாங்க நடனப் .போட்டி.

ஆண்கள் : நாங்கள் நாடகப் போட்டி..

ஆண்கள் அணியும், பெண்கள் அணியும் எப்படி போட்டியில் வெல்வது என்பதைப் பற்றித் தீவர ஆலோசனையில் இருந்தார்கள்.

அன்று மாலை 6 மணியளவில் ஆண்டுவிழா தொடங்கியது. ஏழு மணி வரை கல்லூரி முதல்வரும். விரிவுரையாளர்களும் உரையாற்றினர். பிறகு விளையாட்டுப் போட்டிகளுக்குப் பரிசளிப்பு விழா நடந்தது. அதன்பின் கலை நிகழ்ச்சிகள் ஒவவொன்றாக நடந்தன. இரண்டு மூன்று நிகழ்வுகளுக்குப் பிறகு சாராவின் குழுவினர் மேடைக்கு அழைக்கப்பட்டனர். பாலு சற்றுப் பதட்டமாக இருந்தான்.

முதலில் சாராவின் குழுவினர் வண்ண வண்ண ஆடைகளுடன் மேடை ஏறினர். அதில் சாரா இல்லை. மெலிதான பின்னனி இசையில் அவர்கள் ஒரு நிமிடம் நடனமாடினர். ஏற்கெனவே ஏற்பாடு செய்தபடி சாராவின் குழுவைச் சேர்ந்த ஒரு பெண் மேடையின் கீழிருந்து மேடைக்குள் பரவுமாறு ஒரு புகை மூட்டத்தை உருவாக்கினாள். இரண்டு மூன்று விநாடிகளில் ஒரு மெல்லிய புல்லாங்குழல் இசை வந்தது. புகை மூட்டத்தின் மத்தியிலிருந்து வெண்ணிற உடையில் சாரா வெளிவந்து ஒரு தேவதையைப் போல நடனமாடினாள். ஒட்டுமொத்த அரங்கமும் ஆர்ப்பரித்தது.

பின்னனி இசைக் கேற்றவாறு சாரா ஒரு நேர்த்தியான நடனத்தை ஆட, வண்ண வண்ண ஆடைகளில் சாராவின் குழுவினர் அவளைச் சூழ்ந்து ஆடினர். மொத்த மேடையும் ஒரு தேவலோக நடனத்தைப் போலக் காட்சியளித்தது.

பாலு மெய் சிலிர்த்து வேடிக்கை பார்த்துக் கொண்டு இருந்தான். அவன் மனதில் மெல்ல மெல்ல அவனை அறியாமல் சாரா உள்நுழைந்தாள். நடனம் முடியும் தருவாயில் சாராவும் அவளது குழுவினரும் உச்ச வேகத்தில் ஆடத் தொடங்கினர். அரங்கம் முழுவதும் பேரார்வம் கொண்டு குதூகலமானது. என்ன மாதிரியான கலையுணர்வு சாராவிற்கு எனப் பாலு நினைத்தான். எல்லோருமே ஒரு புதிய உலகத்தில்

இருந்ததைப் போன்று உணர்ந்தார்கள். மேலும் ஒரு சில நிகழ்வுகளுக்குப் பிறகு, பாலுவின் குழுவினர் மேடைக்கு அழைக்கப்பட்டனர். அன்று பாலு எழுதிய சுற்றுச் சூழல் பாதுகாப்பு குறித்து நடத்திய நாடகம் அரங்கேறியது. சுரேஷ் அதில் ஒரு கிராமவாசியாக நடித்திருந்தான். மரங்களை வெட்டுவது அவன் வேலை. பாலு ஒரு பள்ளி ஆசிரியராக நடித்தான். நாடகத்தின் தொடக்கத்தில் சுரேஷ் அதில் ஒரு கோமாளி போல நடித்து நகைச்சுவையாகக் கொண்டு செல்ல அரங்கம் அவ்வப்போது சிரிப்பலையில் ஆழ்ந்தது. இறுதிக் காட்சிகளில் பாலு ஆசிரியராக வந்து நாடகக் கதாபாத்திரங்களுக்கு மரங்களின் முக்கியத்துவத்தையும், சுற்றுச் சூழலின் அவசியத்தையும் வலியுறுத்தி நடித்த காட்சிகளோடு நாடகம் முடிவடைந்தது.

சிறிய இடைவேளைக்குப் பிறகு எல்லா மாணவர்களும் ஆண்கள், பெண்கள் இரண்டு குழுக்களையும் பாராட்டிப் பேசினார்கள்.

மேலும் யாருக்கு முதல் பரிசு கிடைக்குமென்று மாணவர்களுக்குள் ஒரு பட்டிமன்றம் நடந்தது.

ஆண்கள் : எங்க அணிதான் ஜெயிக்கும்

பெண்கள் : எங்க அணிதான் ஜெயிக்கும்

பெண்கள் : நீங்க வேணாப் பாருங்க. எங்களுக்குத் தான்
         பரிசு
ஆண்கள் : நாங்க சமூகத்துக்கான கருத்து சொல்றோம்.
         நீங்க வெறும் பொழுது போக்கு மட்டும் தான்.

பெண்கள் : ஏ, கருத்து சொல்றாங்களாண்டி.

இறுதியில் கல்லூரி முதல்வர் முடிவுரை ஆற்றினார். முதலில் பாலுவின் நாடகத்திலுள்ள நிறை குறைகளை எடுத்துக் கூறினார். மேலும் சாராவின் குழுவின் நடனத்தையும் பாராட்டினார். இறுதியில் சாராவின் குழுவினருக்கு முதல் பரிசும், பாலுவின் குழுவினருக்கு இரண்டாம் பரிசும் வழங்கப்பட்டது. பாலு தனக்கு இரண்டாம் பரிசு கிடைத்தாலும். சாராவின் குழுவினர் முதல் பரிசை வென்றதை நினைத்து மகிழ்ந்தான்.

யாருமில்லாத
சமவெளியில்
இயற்கையை ரசித்தேன்

அந்தக் காட்சி
மேலும் அழகானது
அவள் அங்கு வந்த பிறகு

அன்றிரவு பாலு படுக்கையில் படுத்திருந்தான். சாரா புகை மூட்டத்திலிருந்து ஒரு தேவதையாக வெளிவந்தாள். அவன் மட்டுமே அமர்ந்திருந்த அரங்கத்தில் மெல்லிய புல்லாங்குழலின் இசையில் அவள் மட்டுமே ஆடினாள். சிறிது நேரத்தில் பாலு தூங்க ஆரம்பித்தான். அவனது கனவில் பாவனாவும், சாராவும் இணைந்து பயணிப்பதைப் போன்ற காட்சி வந்து போனது.

அடுத்த நாளில் பாலுவும், சுரேஷும் கல்லூரிக்குச் சென்றார்கள். பாலு அவனது இருக்கையில் ஆசிரியரின் வருகையை எதிர்பார்த்து அமர்ந்திருந்தான். அப்போது சாரா

வகுப்பிற்கு உள்ளே வந்தவள் நேராக அவளது இருக்கைக்குச் செல்லாமல் பாலுவின் இருக்கையை நோக்கிச் சென்றாள்.

'நேத்து உங்க நாடகம் ரொம்ப நல்லா இருந்திச்சி. நகைச்சுவையாகவும், கருத்துப் பூர்வமாகவும் இருந்திச்சி. நான் ரொம்ப ரசிச்சேன்'

'நீங்களும் நல்லா ஆடினீங்க, நீங்க முதல் பரிசுக்கு மிக மிகத் தகுதியானவர் தான்'

'நான் உங்களுக்குத் தான் முதல் பரிசு கிடைக்கும்னு நெனச்சேன்'

'அதனாலென்ன, ரெண்டு பரிசும் நம்ம வகுப்பிற்குக் கிடைச்சதுல எனக்கு மகிழ்ச்சிதான்'

'ஆமாமா, எந்தப் பரிசுன்னாலும் நமக்கு ஒண்ணுதான்'

அவள் நமக்கு எனப் பன்மையில் பேசியது பாலுவுக்கு மகிழ்ச்சி அளித்தது.

மறுநாள் வகுப்பாசிரியர் தேர்வு முடிவுகளை அறிவித்துக் கொண்டிருந்தார். வழக்கம் போல பாலு முதல் மாணவனாகத் தேர்ச்சி பெற்றிருந்தான். படிப்பில் பாலு சிறந்து விளங்கியதால் சாரா அவனோடு நெருங்கிப் பழகினாள். நாள்கள் செல்லச் செல்ல அவர்கள் நெருங்கிய நண்பர்களாக மாறினார்கள்.

தினமும் கல்லூரி வந்தது முதல் இருவரும் கல்லூரியிலிருந்து
பிரிந்து செல்லும் வரை பெரும்பாலும் ஒன்றாகவே
இருந்தார்கள். எங்கும் ஒன்றாகவே சென்று வந்தார்கள்.
இதனால் சுரேஷுக்கும், அவனுக்குமிடையிலிருந்த நெருக்கம்
குறைந்தது. அதைப் பற்றியெல்லாம் பாலுவோ சுரேஷோ
கவலைப்படவில்லை. பதிணெட்டு வயதின் உற்சாகம்
மாணவர்களையும், மாணவிகளையும் மறுபாலினத்
தோழமையை நோக்கி ஈர்த்தது.

சில மாணவர்கள் தங்கள் அன்பைத் தங்கள்
தோழிகளிடம் வெளிப்படையாக வெளிப்படுத்தினார்கள். அதே
போன்று தான் சுரேஷ் தனது விருப்பத்தைச் சாராவின்
தோழியிடம் தெரியப்படுத்தி அவளுடைய சம்மதத்திற்காகக்
காத்திருந்தான். மற்ற மாணவர்கள் பாலுவும் சாராவும்
ஒருவரையொருவர் நேசிப்பதாகவே கருதினார்கள்.

ஏமாற்றங்களுக்கும்
தோல்விகளுக்கும்
வாழ்வில் பங்குண்டு

ஏற்றுக் கொள்ளும் பக்குவத்தைப்
பெறுகிறது
தூய மனமானது

அன்றிரவு சுரேஷ் மிகவும் சோகமாக இருந்தான்.
சாராவின் தோழி சுரேஷின் விருப்பத்தை நிராகரித்திருந்தாள்.
அதைத் தாங்க முடியாமல் மிகவும் மனமுடைந்திருந்தான்.

பாலு : விடுறா

சுரேஷ் : முடியலடா

பாலு : எல்லாமே நாம நினைச்ச மாறி நடக்குமா

சுரேஷ் : சரி தான். புரியுது. ஆனா மனசு ஏத்துக்க
மாட்டிங்குதே.

பாலு : சுரேஷ், நீ நல்லாப் படி. நல்ல வேலைக்குப் போ.
கண்டிப்பா உன் வாழ்க்கை உனக்குப் பிடிக்கும்.

நீண்ட நாள்களுக்குப் பிறகு பாலுவுக்கு, பாவனாவின்
நினைவு வந்தது. நிறைவேறாத ஆசை ஒரு அமைதியான
ஏரியாக மாறியிருந்தது. அதில் தனிமையாக ஒரு படகைச்
செலுத்திக் கொண்டிருந்தான் பாலு.

\-

கல்லூரியில் அவர்களுக்கு முதலாமாண்டுத் தேர்வு
வந்தது. தேர்வு முடிந்து ஒரு வாரம் கழித்து ஒரு மாத
விடுமுறையாதலால் மாணவர்கள் எல்லோரும் அவர்கள் சொந்த
ஊருக்குச் சென்று கொண்டிருந்தார்கள்.

பாலுவும், சுரேஷும் துணிமணிகளைக் கைப்பையில்
எடுத்துக் கொண்டு பேருந்து நிறுத்தத்தில் நின்று
கொண்டிருக்கையில் அவர்களோடு அவர்கள் கல்லூரியைச்
சேர்ந்த வேறு இரண்டு மாணவர்களும் சேர்ந்து கொண்டனர்.

மாணவ நண்பன் : இன்னிக்கே எல்லாப் பசங்களும்
ஹாஸ்டல் காலி பண்ணிட்டு
ஊருக்குப் போறாங்க. ஒரு மாசம்
கழிச்சுத் தான் அவங்களப் பாக்கலாம்

சுரேஷ் : நம்ம காலேஜ் பொண்ணுங்க எல்லாம் நேத்தே
ஊருக்குப் போயிட்டாங்க..

மாணவ நண்பன் : சாரா கூட நேத்தே எட்டயபுரத்துக்குப்
பஸ் புடிச்சுப் .போயிட்டா.

அப்போது தான் பாலுவுக்கு அவளது சொந்த ஊர்
எதுவென்று தெரிந்தது. அதுவரை அவன் சாராவிடம், பாடம்
சம்பந்தப்பட்ட விஷயங்களையே அதிகம் பேசி வந்தான்.

அந்தச் சமயம் மற்றொரு மாணவன் அந்த ஊரைச்
சேர்ந்தவர்கள் பெரும்பாலும் ஒரு குறிப்பிட்ட சமூகத்தைச்
சேர்ந்தவர்கள் என்று கூறினான். அவன் குறிப்பிட்ட சமூகமும்
பாலுவின் சமூகமும் ஒன்றாக இருந்தது. அப்போது அவள்
மனதில் பாவனாவை நினைத்துக் கொண்டான். அவள் மீதான
காதலை எது தடுத்ததோ அது இப்போது இல்லையென
நினைத்துக் கொண்டான்.

இதற்கிடையில் அவர்கள் செல்லவேண்டிய பேருந்து
வந்ததால் அவர்கள் அதில் ஏறிக் கொண்டார்கள்.

மறுநாள் காலையில் சுரேஷும், பாலுவும் ஒன்றாகக்
கிளம்பி கண்ணனைச் சென்று சந்தித்தார்கள். கண்ணன் இன்னும்
கொஞ்ச நாளில் சொந்தமாகக் கடை போடப் போவதாகவும்
அவர்களது ஊரில் பிரபலமாகயிருக்கும் அரசியல் கட்சியில்
உறுப்பினர் ஆகப் போவதாகவும் கூறினான். அவன் நேரம்
கிடைக்கும் போதெல்லாம் சமூகம், அரசியல் சார்ந்த

புத்தகங்களைப் படிப்பதாகவும் கூறினான். பேச்சினிடையே அந்தப் பகுதியில் நடக்கும் ஊழல் பற்றியும், சமதர்மம், சமூக மாற்றம் பற்றியும் பேசினான். பாலுவுக்குக் கண்ணனிடம் ஏற்பட்ட மாற்றங்கள் பிடித்திருந்தன.

பாலு : ஏ, மகேஷ் எப்படி இருக்கான்..? ஏதாவது தகவல்
      உண்டா..?

கண்ணன் : அவன் மொதல்ல டெல்லி ரெஜிமென்டில்
      இருந்தான். இப்போ பெங்களூரு
      ரெஜிமெண்டுக்கு மாறிட்டான். இந்த
      வ்ருஷக் கடைசில ஊருக்கு வர்றதாத் தகவல்

சுரேஷ் : என்னோட காதல் தோல்வில முடிஞ்சிடுதுடா
      கண்ணா

கண்ணன் : விடு, உனக்குன்னு யாரோ. காதலும்
      தோல்வியும் ரெட்டைப் பிறவி மாதிரி

சுரேஷ் : ஆனா, எங்க காலேஜ்ல எனக்கு நெறைய கேர்ள்
      பிரெண்ட்ஸ் இருக்காங்க. சாரான்னு ஒரு
      பொண்ணு ரொம்ப அழகா இருப்பா. ரொம்ப
      நல்லா டான்ஸ் எல்லாம் ஆடுவா..

கண்ணன் : அப்போ அந்தப் பொண்ணு கிறிஸ்டியனா
      தான் இருக்கணும்

சுரேஷ் : ஆமாம்டா, எப்படிச் சொல்ற

கண்ணன் : இல்ல, அவங்க தான் சாராங்கற
      பேரெல்லாம் வைப்பாங்க. நீ வேற மதம்.

அந்தப் பொண்ணு வேற மதம். செட்டாகாது.

பாலு அதைக் கேட்டதும் சற்றே அதிர்ச்சியானான். ஜாதி எனும் பெரிய தடை இல்லாமலிருந்தும் இப்போது அதைவிடப் பெரிய மதமெனும் தடை வந்து விட்டதேயென வருந்தினான்.

சிறிது நேரம் பேசிவிட்டுப் பிறகு மூவரும் கலைந்து வீட்டிற்குச் சென்றார்கள்.

வாழ்க்கை
பறித்துக் கொண்டு
போய் விடுகிறது
நாம் விரும்புவதை
எல்லாம்.

தனிமை என்பது
தீராத தவம்.

அன்றிரவு பாலுவுக்குத் தூக்கம் வரவில்லை. முதலில் பாவனாவை விட்டு விலகிய போது மனம் எப்படிக் கனத்ததோ இப்போதும் அப்படியே இருந்தது. சாரா புகை மூட்டத்திலிருந்து ஒரு தேவதையைப் போல வெளியே வந்தாள். பாலுவின் கண்கள் ஈரமாயின. சாரா அவனருகில் அமர்ந்து அவனைத் தேற்றினாள். சிறிது நேரத்தில் பாலு தூங்க ஆரம்பித்தான்.

ஒரு ஆணின் தேடல் நிறைவடையாத போது ஏக்கமானது விண்ணில் நிறைந்து வழிந்தது.

ஒரு மாதத்திற்குப் பிறகு மீண்டும் பாலுவும், சுரேஷீம் கல்லூரிக்குச் சென்றார்கள். ஏற்கெனவே ஒரு முறை பாவனாவைப் பிரிந்து தவித்துப் பழகியதால் இப்போது அவன் சாராவிடம் எந்தவித எதிர்பார்ப்புமில்லாமல் சகஜமாகப் பழகினான்.

கடைசிவரை இருவரும் நண்பர்களாவே பயணித்தார்கள். ஒரு தோல்வியானது மனதை அடுத்தடுத்த தோல்விகளையும் ஏற்றுக்கொள்ளும் பக்குவத்தை உருவாக்கி விடுகிறது.

****

காலம் வேகமாக உருண்டோடியது. பாலுவும் சுரேஷீம் கல்லூரிப் படிப்பை முடித்திருந்தார்கள். பாலு தன் கல்லூரி இறுதித் தேர்வின் முடிவிற்காகக் காத்திருந்தான். ஒருநாள் சுரேஷ் அவனது வீட்டிற்கு வந்திருந்தான்.

'டேய் பாலு, ஸ்வீட் எடுத்துக்க'

பாலு எதற்காக ஸ்வீட் என்பது போல அவனது முகத்தையே பார்த்தான்.

'எனக்கு எங்க மாமா கம்பெனில வேலை கிடைச்சிருக்கு. நாளைக்கு நான் சென்னைக்குப் போறேன். நான் சென்னைக்குப் போயிட்டு உனக்கும் நல்ல வேலை கிடைக்கற மாதிரி இருந்தா தகவல் சொல்றேன். எப்பயும் தயாராவே இரு. தப்பா நெனைக்காத'

பாலுவிற்கு சுரேஷுக்கு வேலை கிடைத்தது மகிழ்ச்சி அளித்தாலும் மறுபுறம் அதிர்ச்சியாகவும் இருந்தது. இன்றைய காலகட்டத்தில் படித்த கையோடு வேலை கிடைப்பது அரிய விஷயம். அது போன்ற நல்ல செய்தியை இப்படிக் கடைசி நேரத்தில் வந்து சொல்கிறானே என நினைத்தான். கல்லூரியில் தாங்கள் இருவரும் எவ்வளவு நெருங்கிப் பழகினோம் எனவும் நினைத்தான்.

எவ்வளவு நெருக்கமாகப் பழகினாலும் மனிதர்களை முழுமையாகப் புரிந்து கொள்ள முடிவதில்லை. சூழ்நிலைகள் மாறும் போது மனிதர்களும் மாறிவிடுகிறார்கள்.

அன்று மாலை பாலு கண்ணனைச் சந்தித்தான்.

'முருகா, கொஞ்சம் கடையப் பாத்துக்கோ, கொஞ்ச நேரத்துல வந்துடறேன்' எனக் கடையில் வேலை பார்க்கும் பையனிடம் சொல்லி விட்டு வந்தான்.

அவர்கள் அருகில் இருக்கிற உணவகத்திற்குள் சென்று அமர்ந்தோம்.

'பாத்து ரொம்ப நாள் ஆச்சு, அதான் வந்தேன்'

'ஆமா.. எனக்கும் கடை வேலை கொஞ்சம் அதிகம். அதான் வரமுடில'

'மகேஷ் எப்போ ஊருக்கு வாரான்'

'என்ன சொல்றதுன்னு தெரியல பாலு. போன மாசம் ஊருக்கு வந்திட்டுப் போயிருக்கான். வந்ததும் தெரில. போனதும் தெரில. ஒரு வார்த்தை வந்து பேசணும்னு அவனுக்குத் தோணல.. தெரிஞ்சிருந்தா நானாவது போய்ப் பாத்திருப்பேன்'

'நாம் எப்படி எல்லாம் பொழுதைக் கழித்தோம்' ஆனால் இப்போது அடியோடு எல்லாம் மாறிவிட்டதென வருத்தப் பட்டான் கண்ணன்.

புரிந்து கொள்ள
முடிவதில்லை
வாழ்க்கையை.
நம்பும் பொழுது
பொய்த்துவிடுகிறது.

நமது ஏக்கங்கள்
பூர்த்தியாகிறது
நம்பிக்கையைக்
கைவிடுகிற பொழுது.

ஆறு மாத காலமாக பாலு வேலை தேடி அலைவதும் வேலை கிடைக்காமல் சுற்றிக் கொண்டே இருப்பதுமாக இருந்தான். கண்ணனின் நட்பு மட்டுமே அவனுக்கு பெரிதளவில் ஆறுதலாக இருந்தது.

அவர்கள் அவ்வப்போது சந்தித்துக் கொள்வதும், தொலைபேசியில் பேசிக் கொள்வதுமாக இருந்தார்கள். வேலை தேடிப் பாலு செல்கிற இடங்களில் பெரும்பாலும் பல்வேறு சூழ்நிலைகள் அவனுக்குத் தடையாக இருந்தது. அறிவும், திறமையும் இரண்டாம் பட்சமாகவே கருதப்பட்டன. அவனது நண்பர்கள் இங்கொன்றும் அங்கொன்றுமாக வேலை கிடைத்து வேலைக்குச் செல்ல ஆரம்பித்தார்கள். என்னவென்று தெரியவில்லை அவனுக்கு. வேலை கிடைப்பதென்பது அவ்வளவு எளிதாக இல்லை. ஒரு சிலர் வேலைக்குச் சென்ற

மூன்று மாதத்திலோ, ஆறு மாதத்திலோ இருக்கிற வேலையை விட்டு விட்டு அதை விட நல்ல வேலைக்குச் செல்ல முயன்று கொண்டு இருந்தார்கள்.

பறந்து விரிந்தது
இந்த உலகம்.

பயணிப்பது தான்
வாழ்க்கை.

பாலுவிற்கு வாழ்க்கை சலிப்பு தட்டியது. தனிமை அவனை மிகவும் பாதித்தது. அறிவும், திறமையும் இருந்தும் அவனுக்கு உள்ளூரில் வேலை கிடைக்கவில்லை. கண்ணனும் இப்போது அதிகமாகச் சந்திக்க வருவதில்லை. சமீபத்தில் அரசியல் கட்சியில் தன்னை இணைத்துக் கொண்டதாலும் வியாபாரத்தில் கவனம் செலுத்துவதாலும் பாலுவைச் சந்திக்க அவனால் நேரம் ஒதுக்க முடியவில்லை.

பல நாள்கள் காத்திருப்புக்குப் பிறகு, இறுதியில் பாலு சென்னை சென்று வேலை தேட முடிவு செய்தான். அவன் சென்னைக்குக் கிளம்பும் நாளுக்கு முந்தைய நாளில் கண்ணன். பாலுவைச் சந்தித்துத் தன்னுடைய வாழ்த்துகளைத் தெரிவித்தான். பாலுவிற்குத் தன் சொந்த ஊரை விட்டுச் செல்வதில் மன வருத்தம் இருந்தது.

வாழ்க்கையை இலகுவாகக் கொண்டு செல்ல மனிதர்கள் உலகெங்கும் பயணிக்க வேண்டிவருகிறது.

பாலு சென்னைக்கு வந்து ஒரு சில மாதங்கள் கழிந்தன. புதிய இடமும், புதிய நண்பர்களும் அவனுக்குப் புத்துணர்வைத் தந்தன. சென்னை நகரம் முழுவதுமே பரபரப்பாக இயங்கிக் கொண்டிருந்தது.

எல்லோருக்கும் வாழ்வதற்கு அடிப்படையாகப் பணம் தேவைப்பட்டது. பணத்தோடு போராடி மனிதர்கள் வாழ்க்கையைக் கடத்திக் கொண்டார்கள். பணமில்லாத ஒவ்வொரு நாளும் நகரம் நரகமாக மாறிவிடும். ஒரு நகரத்தின் தார்மீக மந்திரம் பணம் தான்.

பாலுவும் பணத்தால் கட்டமைக்கப்பட்ட நகர வாழ்வில் சிக்கித் தவித்தான். வேலை இல்லாத நகர வாழ்வின் விளைவு பட்டினி. பக்கத்திலிருக்கும் மனிதரின் பசியை யாரும் பார்ப்பதில்லை. பாலுவும் அந்தப் போராட்டத்தில் தன்னை இணைத்துக் கொண்டான்.

அவன் புதிதாக மென்பொருள் தயாரிக்கும் பயிற்சியைப் பெற்றுக் கொண்டான். அந்தக் கால கட்டத்தில் உலகெங்கும் தொலைத் தொடர்பு வேலைகள் மேலோங்கத் தொடங்கியிருந்தன. சில ஆண்டுகள் கடும் போராட்டத்திற்குப் பிறகு பாலுவிற்கு நல்ல வேலையும், கை நிறையச் சம்பளமும் கிடைக்கத் தொடங்கியது. ஆனால் பணம் அவனுக்கு மன நிறைவைத் தரவில்லை. ஆதலால் அவன் சமூக, இலக்கியப் புத்தகங்களைப் படிக்க ஆரம்பித்தான்.

சில வருடங்கள் பாலுவின் வாழ்வு தன்னை அலுவலகப் பணியிலும் இலக்கிய வாசிப்பிலும் ஈடுபடுத்தியபடி கழிந்தது.

இப்போது அவன் தனது அலுவலகத்தில் தான் பணிபுரியும் அணியின் தலைவராக மாறியிருந்தான்.

பாலுவின் அணி அவனது அலுவலகத்தில் சிறந்த அணியாக மாறியது. அப்போது அவனது அலுவலகத்தில் கௌரி எனும் பெண் புதிய மேலாளராக நியமிக்கப் பட்டிருந்தார். அவள் வெளிநாட்டில் மேலாண்மைப் பட்டம் பெற்று அங்கு நிறைய நிறுவனங்களில் அனுபவம் பெற்றவராக இருந்தார்.

கௌரி அந்த நிறுவனத்தில் நிறைய நிர்வாக மாற்றங்களை ஏற்படுத்தினார். அலுவலகத்தின் கலாச்சாரம் முற்றிலும் மாற்றப்பட்டது. நிறையப் பெண் பணியாளர்களைச் சேர்த்திருந்தார். இலகு நேரப் பணி நேரத்தைக் கொண்டு வந்தார். சிறந்த பணியாளர்களைக் கண்டறிந்து பாராட்டுச் சான்றிதழ்களும் பரிசுகளும் தந்தார். அலுவலகம் முழுவதும் அவள் பெயரை உச்சரிக்கத் தொடங்கியது.

ஆனால் பாலுவிற்கு இலக்கிய வாசிப்பின் மீதான ஈடுபாடு அதிகரித்தபடியால் அலுவலகப் பணி சலிப்பு தரக் கூடியதாக மாறியது. அனைத்து அலுவலர்களும் பணம், பதவி புகழ் இவற்றுக்கு அடித்துக் கொண்டது அவனுக்கு உவப்பற்றதாக இருந்தது.

வெறுமையால்
நிரம்பியது
மனம்.

காற்றால் நிரம்பிய
குவளை.

வாழ்க்கை ஏறத்தாழ அவனுக்குக் கசந்து போனது. எங்காவது கண் காணாத இடத்திற்குச் சென்று விடலாமெனவும் தோன்றியது. ஆனால் எப்படி? கைகளைக் கட்டிப் போடப்பட்டுள்ள சங்கிலிகள் வரலாற்றிலிருந்து உருவானவை. காலத்தின் நடைமுறையை யார் மீற முடியும்?

அப்படிப்பட்ட ஒரு சூழலில் பாலு நேரடியாகக் கௌரியின் கண்காணிப்பில் ஒரு பணிக்காக நியமிக்கப்பட்டான். அவளது பார்வை நம் மீது விழாதாவெனப் பலரும் ஏங்கிக் கொண்டிருந்த சூழலில் பாலு நேரடியாக அவளுடன் இணைந்து பணியாற்றினான்.

கௌரியின் அழகும் திறமையும் மொத்த அலுவலகத்தையும் கவனத்தையும் சுண்டி இழுத்த போது பாலு எந்தவித ஈர்ப்பும் உண்டாகாமல் தனது பணியில் கவனம் செலுத்தினான்.

ஒரு இனிப்புப் பலகாரத்தை ஈக்கள் மொய்ப்பதைப் போல ஆண்களின் பார்வைகள் கௌரி மீது விழுந்தது. ஆனால் பாலுவின் நடவடிக்கைகள் அவளுக்குப் புதுமையாக இருந்தது. மேலும் அவனது தொழில் நேர்த்தியும் அர்ப்பணிப்பும் அவளுக்கு வித்தியாசமாகத் தெரிந்தது. பாலு தன்னிடம் மட்டுமில்லாமல் எந்தப் பெண்ணிடமும் ஒதுங்கி இருந்ததை அவள் கவனித்தாள். மற்றப் பணியாளர்களோ ஆண்களும் பெண்களும் ஒன்றாகச் சேர்ந்து ஊர் சுற்றுவதும் அன்பைப் பரிமாறிக் கொள்வதும் சிறிது காலத்திற்குப் பிறகு எரிச்சலடைந்து பிரிந்து செல்வதுமாக இருந்தார்கள்.

தூய அன்பானது அரிதானது. அதற்காக எல்லாரும் முயற்சிக்கிறார்கள். ஆனால் எளிதாகக் கிடைக்க வேண்டுமென நினைக்கிறார்கள். அதைப் பெறத் தியாகம் செய்ய

முன்வருவதில்லை. துணையாக இருப்பவர்களுக்காகத் தியாகம் செய்வதன் மூலமே உறவை நீடிக்கச் செய்ய முடியும்.

ஒருநாள் கௌரி பாலுவைத் தனியாகத் தன்னுடைய வாகனத்தில் ஒரு உயர்தர உணவகத்திற்கு அழைத்துச் சென்றாள். உணவருந்துகிற இடைவெளியில் பாலுவும் அவளும் ஒரு ப்ராஜெக்ட் விசயமாகப் பேசிக் கொண்டிருந்தார்கள். அலுவல் சம்பந்தப்பட்ட விஷயங்களைப் பேசி முடித்த பிறகு..

'பாலு, ஒய் ஆர் யு நாட் ப்ரீ டு டிஸ்கஸ் வித் மீ. யு ஆர் வெல் ரிஸர்வ்ட் இன் யுவர் ஸ்பீக்கிங்'

'நோ, நாட் லைக் தாட், ஐ ஸ்பீக் ப்ரீலி ஆல்வேஸ்'

'எஸ். யு ஆர் ஸ்பீக்கிங் வித் ஜென்ட்ஸ் ப்ரீலி. யு ஹெல்ப் தம். யுவர் கோ-ஆர்டினேஷன் அண்ட் கம்யூனிகேஷன் ஆர் குட். பட் வென் யு டாக் டு உமண், யு ஹேவ் சம் கேப் இன் திஸ்'

'யு ஆர் ரைட். லாங் டைம் பேக், ஐ ஹேவ் சம் அபயர் வித் எ கேள், பட் இட் அபக்டட் மீ எ லாட். சோ ஐ கீப் டிஸ்டன்ஸ் வித் லேடீஸ்'

'ஐ சி, பைன் வி விவில் கோ நெள. குட்'

உரையாடலுக்குப் பிறகு இருவரும் தங்களுடைய வீடுகளுக்குப் பிரிந்து சென்றார்கள்.

விடுமுறையில்
சொந்த
ஊருக்குச் செல்லும்
போது

மீண்டும்
புத்துணர்வு பெறுகிறது
துண்டாடப் பட்ட
வாழ்வானது

அந்த வருடம் தீபாவளிப் பண்டிகைக்குச் சேர்ந்தாற் போல ஐந்து நாள்கள் விடுப்பு வந்தது. பாலு சொந்த ஊருக்குத் திரும்பிக் கண்ணனுக்குப் போன் செய்திருந்தான்.

'டேய், மகேஷும், சுரேஷும் ஊர்ல தாண்டா இருக்காங்க. வா, நாம விளாடப் போலாம்'

பாலுவுக்கு உற்சாகம் தாங்க முடிய வில்லை.

நீண்ட இடைவெளியானது உறவுகளுக்கு நீரூற்றி புதிய தளிர்களை வளர்த்து விடுகிறது.

பிரிவதும்
பிறகு
இணைவதும்

மறுநாள் பழைய நண்பர்கள் நீண்ட இடைவெளிக்குப் பிறகு மீண்டும் சந்தித்துக் கொண்டார்கள். பல வருடங்களுக்குப் பிறகு அவர்கள் எப்போதும் விளையாடுகிற மைதானத்திற்குச் சென்று விளையாடினார்கள்.

சிறிது நேர விளையாட்டிற்குப் பிறகு எப்போதும் போல ஒன்றாக அமர்ந்து பேசிக் கொள்ளத் தொடங்கினார்கள்.

சுரேஷ் : கண்ணா, எனக்கு எங்க ஆபீஸ்ல நெறைய கேள் பிரண்ட்ஸ் இருக்காங்கடா.. நாங்க ஜாலியா சினிமா, பீச்லாம் போவோம்.

மகேஷ் : அப்போ கண்டிப்பா யாரையாச்சும் லவ் பண்ணிட்ருப்பியே...

சுரேஷ் : அதெல்லாம் இல்லடா. ஜஸ்ட் பிரண்ட்ஸ் தான். டைம் பாஸ்.

பாலு : கண்ணா, உனக்கு இப்போ பிசினெஸ் எப்படி இருக்கு.

கண்ணன் : நல்லாப் போகுது. அடுத்ததா ஒரு பிராஞ்ச் ஆரம்பிக்கலாம்னு இருக்கேன்.

சுரேஷ் : குட். குட். அரசியல்லலாம் இருக்க போல

கண்ணன் : ஆமா. அடுத்த வருஷ கவுன்சிலர்
எலெக்சன்ல நம்ம வார்டுல நிக்கலானு
இருக்கன்.

சுரேஷ் : மகேஷுக்கு, அவங்க வீட்டுல மேரேஜ் நிச்சயம்
பண்ணப் போறாங்க.

பாலு : சூப்பர்டா, காங்கிராட்ஸ்.

சுரேஷ் : பாலு, ஹவ் ஐஸ் கோயிங் யுவர் ஜாப்.

பாலு : யாஹ், தட்ஸ் குட். கோயிங் அஸ் யூசுவல்.
பிகேம் எ டிம் லீடர் நவ்.

சுரேஷ் : அத விடு. கேர்ள் பிரண்ட்ஸ் இருக்காங்களா.
எத்தனை பேரு.

பாலு : டேய், நீ திருந்துடா. உன்ன மாறிலாம் எனக்கு
கேர்ள் பிரண்ட்ஸ் நிறையக் கிடையாது. ஆனா
எங்க மேனேஜர் இஸ் எ லேடி. ஷி இஸ்
கிளோஸ் வித் மீ.

மகேஷ் : புடிச்சாலும் புடிச்சான், புளியங்கொம்பாத்தான்
புடிச்சான்.

பாலு : அப்படிலாம் இல்லை. நான் எதுவும்
நெனைக்கிறதில்ல. அவங்களுக்குத் தான் என்
மேல ஒரு அட்டாச்மெண்ட்.

சுரேஷ் : அப்புறம் என்ன. லவ் ப்ரொபோஸ் பண்ணிட
வேண்டியதுதானே. லைப் நல்லா ஹாப்பியா

இருக்கும்.

பாலு : இல்ல சுரேஷ். அவங்க ஸ்டேட்டஸ் வேற.
என்னோட ஸ்டேட்டஸ் வேற. இப்போதைக்குப்
பழகும் போது நல்லாத் தான் இருக்கும்.
ஒண்ணாச் சேர்ந்து வாழும் போது ஒருவேளை
செட் ஆகாமக் கூடப் போயிடும்.

கண்ணன் : பரவாயில்லயே, நீ கூட அரசியல் பேச
ஆரம்பிச்சிட்டயே

பாலு : உங்கூட பழகிட்டு இதுகூட இல்லின்னா
அதெப்படி ?

பிறகு சிறிது நேரம் பேசிவிட்டு அவர்கள் கலைந்து
சென்றார்கள்.

ஒத்துப் போகும்
போது வருகிற
நட்பு

விரோதமாக
மாறுகிறது
மாறுபடும் போது.

விடுப்பு முடிந்ததும் பாலு மீண்டும் அலுவலகம் சென்று
பணிக்குத் திரும்பினான். கௌரியின் நெருக்கத்தைப் பாலு
தவிர்க்கத் தொடங்க அது அவன் மீது அவளுக்குக் கோபத்தை
உண்டாக்கியது. அதன் விளைவாகப் பாலுவிற்கு அது அவன்
வேலையில் பெரிய அழுத்தத்தை உண்டாக்கியது.

ஒருநாள் கெளரி பாலுவைத் தனது இருக்கைக்கு வரவழைத்து,

'பாலு, ஒய் யு மேக் திஸ் மச் யரர்ஸ் இன் யுவர் ப்ராஜெக்ட்'

'நோ. இட்ஸ் நாட் அன் இஸ்யு. ஆல்ரடி, ஐ டாக்ட் வித் க்யூ.சி டிபார்ட்மென்ட். தே செட் ஓகே பார் திஸ்'

'நோ. நோ. வி ஷூட் நாட் டூ லைக் திஸ், ப்ளீஸ் கரெக்ட் தெம்'

'ஓகே'

அதிகாரத்தின் கத்தி அவன் குரல்வளையை அழுத்தியது. ஏற்கெனவே வேலையின் மீது பிடிப்பு இல்லாமல் இருந்ததாலும், இப்போது கெளரியின் நடவடிக்கைகளாலும் பணியிலிருந்து இடைவெளி கொள்வதற்காகத் தனது பணியை ராஜினாமா செய்தான் பாலு.

வெறுமையின்
நாள்கள்
சிறப்பானவை

ஏதுமற்று இருக்கும்போது
வாழ்க்கை பற்றிய
புரிதல் வருகிறது.

அதன்பிறகு சில காலம் பாலு வேலை கிடைக்காமல் வீட்டிலே இருந்தான். சில கம்பெனிகளில் வேலைக்குச் சேர்ந்தாலும் வேலையின் மீது அக்கறையில்லாமல் இருந்தான். கண்ணன் அவ்வப்போது அவனை வந்து சந்தித்தான்.

ஒருமுறை ஊருக்குச் சென்ற போது, பாலு கண்ணனை ஒரு டீக் கடையில் சந்தித்தான்.

கண்ணன் : ஏ, பாலு.. எப்ப வந்த ?

பாலு : நேத்து தான் வந்தேன். உனக்குத் தான் போன் பண்ணலாம்னு நெனச்சேன். நீயே வந்துட்ட

கண்ணன் : என்ன திடீர்னு..

பாலு : ஆமா, வேலைல கொஞ்சம் பிரச்சனை. அதான் ரிசைன் பண்ணிட்டேன். இன்னும் கொஞ்சம் நாள் ஊர்ல தான் இருப்பேன். சரி உனக்கெப்படிப் போகுது ?

கண்ணன் : எனக்கும் பிரச்சனை இருக்கு. வியாபாரத்துல போட்டி அதிகம். ரெண்டு கடையை மூடிட்டேன். ஒரு கடை வருமானம் தான் வருது எனக்கு.

பாலு : அடப் பாவமே, சரி விடு. அரசியல் வாழ்க்கை எப்படிப் போகுது.

கண்ணன் : இல்லடா. கவுன்சிலர் எலெக்ஷன்ல தோத்துட்டேன். சமூக அரசியல் சூழல்ல சிக்கி சின்னாபின்னமாயிட்டேன்.

கொஞ்ச நாள் எந்தத் தொடர்பும் இல்லாம
இருக்கேன்டா.

சிறிது நேரம் பேசிவிட்டு அவர்கள் வீட்டிற்குச் சென்றார்கள்.

வெறுமனே எந்த
நோக்கமும் இல்லாமல்
நம்மைத் தேடி
வருகிறவர்கள்

நல்லவர்களாக
இருக்கிறார்கள்
பெரும்பாலும்

ஒரு நாள் கண்ணன் பாலுவைச் சந்திக்க
வந்திருந்தான். இருவரும் ஒரு டீக்கடையில் சென்று டீ
அருந்தினர். அப்போது பாலு,

'ரொம்பவே கஷ்டமாக இருக்கிறது. எப்படி
வாழப்போறேம்னே தெரியல'

'சில நேரம் எல்லோருக்கும் அப்படித் தான் இருக்கும்.
வாழ்க்கைல நடுல கொஞ்சமோ அல்லது அதிகமாகவோ
போராட்டங்கள் இருக்கத் தான் செய்யும்.
சூழ்நிலைகளைச் சமாளிக்கப் பழகிட்டா அப்புறம்
எல்லாம் சுலபமாகிவிடும். நானும் இதே மாறிக்
கஷ்டமான சூழ்நிலைகளைச் சந்திச்சிருக்கேன். சின்ன
வயசுலயே எங்க அப்பா தவறிட்டாரு. படிப்பைப் பாதில
விட்டுட்டு வேலைக்குப் போயி தொழில் பண்ணி, கட்சில
சேர்ந்து இன்னிக்கி இந்தளவு இருக்கென். நெறையப்

போராடிட்டேன். இன்னும் நெறைய இருக்கு' என்று
பதிலளித்தான் கண்ணன்.

கண்ணன் பள்ளிப் படிப்பைப் பாதியில் விட்டவன்.
ஆனாலும் இப்போது அவன் தனி மனிதனாகவும் குடும்பத்
தலைவனாகவும், சமூக மனிதனாகவும் சிறந்து விளங்குவதாகப்
பாலு நினைத்தான். அதேசமயம் கண்ணனுக்குக் கல்வியறிவு
கிடைத்திருந்தால் இதைவிடவும் மேலாகவும்
இருந்திருக்கலாமெனக் கருதினான். மேலும் கண்ணனுக்குக்
கல்வியறிவு அதிகமாகக் கிடைத்திருந்தால் தன்னைப் போல
அவனும் சிக்கலில் விழுந்து விட வாய்ப்புகள்
இருந்திருக்கலாமெனவும் நினைத்தான்.

கல்வியானது அறிவின் கண்களைத் திறந்துவிட்ட காலம்
போய் போட்டி பொறாமையில் விழுந்து தவிக்கிற காலமாக
மாறிவிட்டதாக எண்ணினான். மனிதர்களுக்கு அனுபவங்களின்
வாயிலாக அறிவு கிடைக்கிறது. அது கல்வியின் வழியே
கிடைக்கிற அறிவை விடப் பல மடங்கு பெரியது.

இந்நிலையில் பாலுவிற்கு மீண்டுமொரு நல்ல
நிறுவனத்தில் வேலை கிடைக்கவே பாலுவின் வீட்டில்
அவனுக்குத் திருமண ஏற்பாடுகள் செய்தனர்.

பாலுவிற்கு நெருங்கிய நண்பர்கள் கண்ணன் சுரேஷ்
மகேஷ் மூவரும் தான். அதில் சுரேஷீம், மகேஷீம் எங்கே என்ன
செய்கிறார்கள் என்ற தகவல்களே தெரிவதில்லை. வாழ்க்கை
மனிதர்களை எப்படி எல்லாம் கலைத்துப் போடுகிறது. நல்ல
வேளையாகக் கண்ணனின் நட்பு தொடர்ந்து கொண்டிருந்தது
மட்டுமே அவனுக்கு மகிழ்ச்சியாக இருந்தது.

இந்த வாழ்க்கையில் அவனுக்குப் பலதும் கிடைத்தன. சில கிடைக்கவில்லை. பணம், புகழ், அதிகாரம் எதுவும் அவனுக்குக் கிடைக்காமலிருந்ததில் அவனுக்குத் துளியும் வருத்தமில்லை. அவன் நினைத்து ஏங்கியதெல்லாம் நல்ல வாழ்க்கைத் துணை தான்.

பாவனாவிடமும், சாராவிடமும், கௌரியிடமும் அன்பும் பாசமும் கிடைக்குமென எதிர்பார்த்தான். ஆனால் அதன் குறுக்கே பல்வேறு சூழ்நிலைகள் தடையாய் வந்தன.

****

அத்தியாயம் - 4

வறுமை இழிவோ
செழிப்பு அழகோ
இல்லை

எந்த நிலையில்
இருந்தாலும்
நமது மனதில்
இருக்கிறது
அது.

மீனாவிற்குப் பிறவியிலேயே பயந்த சுபாவம். எதற்கு எடுத்தாலும் பயப்படுவாள். அவளது சிறுவயதிலே அவளது குடும்பம் ஏழ்மையான நிலையிலே இருந்தது. அவளது தந்தை ஒரு சிறிய மளிகைக் கடையிலே வேலையாளாக இருந்தார். அவள் யாரிடமும் பேசப் பயப்படுவாள். அவள் வெளிப்படையாகவும், சுதந்திரமாகவும் பேசுகிற நபர்களை விரல்விட்டு எண்ணி விடலாம். அவர்களைத் தவிர வேறு யாரிடமும் பேசினாலும் "ஆம்" அல்லது "இல்லை" என்கிற பதில் மட்டுமே வரும் அவளிடமிருந்து.

ஏழ்மையின் வறட்சி எப்போதும் அவள் முகத்தில் அப்பியிருக்கும். பழைய துணிமணிகளையே பெரும்பாலும் அணிந்து இருப்பாள். அவையும் யாராவது பயன்படுத்திவிட்டுச் சாயம் வெளுத்தபின் இலவசமாகக் கொடுத்தவை. அவளுக்குச் சுவையான உணவுகள் மீது ஆசை. ஆனால் அவளது தாயோ அதிக நீரூற்றிக் குழம்பு வைப்பாள். குறைவான பருப்பும் காய்கறிகளும் பயன்படுத்தி உணவு சமைப்பதால் நீரை அதிகமாகச் சேர்த்தால்தான் நாள் முழுவதும் அவளது குடும்பம் உணவருந்த முடியும். ஆனால் ருசி குறைந்து விடும்.

'தண்ணியா வைக்காதேன்னு எத்தனை தடவ சொல்றது'
எனத் தாயிடம் கோவிப்பாள் அவள்.

மீனா பிறந்தபொழுது அவளது தந்தை சென்னையில்
பணிபுரிந்து வந்தார். ஆனால் அவள் ஆறாவது படிக்கிற பொழுது
அவளது தந்தை வருமானம் போதாத நிலையில் இருந்ததால்
அவர்கள் சொந்த ஊரான அருப்புக் கோட்டைக்குத்
திரும்பினார்கள். மீனாவுக்குத் தான் பிறந்து வளர்ந்த ஊரைப்
பிரிந்து வர மனம் ஏற்றுக் கொள்ளவில்லை. ஆனால் அவள்
என்ன செய்வாள் அந்தச் சின்னஞ்சிறிய வயதில்.

பிறருக்கு நாம்
செய்கிற
சின்னச் சின்ன
உதவிகளை

வானிலிருந்து
விண்மீன்கள்
கண்காணிக்கின்றன.

மீனா அவளுடைய சொந்த ஊரிலே குடியேறியதும்,
அவளுக்கு ஒரு தோழி கிடைத்தாள். அவளது தோழியின் பெயர்
சுகந்தி. மீனாவின் வீட்டின் எதிர்ப்புறத்திலே தான் சுகந்தியின்
வீடு இருந்தது. பகல் நேரத்திலே பெரும்பாலும் சுகந்தி மீனாவின்
வீட்டிலே தான் பொழுதைக் கழித்தாள்.

மீனாவிற்குப் பள்ளியில் படிப்பு நன்றாக வந்தது.
ஆனால் கணிதம் அவளுக்குப் பிடிபடவில்லை. அதில் அவள்
தடுமாறினாள். அதைக் கவனித்த அவளது கணித ஆசிரியை

தன்னுடைய டியூசனுக்கு வந்து சிறப்புப் பயற்சி எடுத்துக் கொள்ளச் சொன்னார். மீனா தனது குடும்பச் சூழ்நிலைகளைச் சொல்லவும் கணித ஆசிரியை எந்த விதக் கட்டணமும் இல்லாமல் சேர்த்துக் கொண்டார்.

விட்டுக் கொடுத்து
வாழப் பழகினால்
போதும்.

உலகின் எந்தவித
உயரமும் பெரிதல்ல.

கணித ஆசிரியை அன்று தேர்வு மதிப்பெண்களை வெளியிட்டுக் கொண்டிருந்தார். முதலிடத்திற்கு வரும் போட்டியில் மீனாவும் கணித ஆசிரியையின் மகளும் சம மதிப்பெண்களோடு முன்னிலையில் இருந்தனர். கணிதத்தில் யார் அதிக மதிப்பெண்கள் பெறுகிறார்களோ அவரே முதல் மாணவியராக வர முடியும். கடைசியில் கணித ஆசிரியை விடைத் தாள்களையும் மதிப்பெண்களையும் வெளியிட்டு முடித்தார். கணித ஆசிரியையின் மகள், நூற்றுக்கு நூறு எடுத்து முதலிடத்திற்கு வந்திருந்தாள். மீனா ஒரு மதிப்பெண் குறைவாகப் பெற்று இரண்டாமிடம் பெற்றிருந்தாள்.

இருந்தாலும் எங்கு மீனா தவறு செய்தாள் என உறுதி செய்ய விடைத்தாளை திருப்பிப் பார்க்கும் பொழுது அவள் சரியான பதிலை எழுதியும் ஒரு மதிப்பெண் தேவையில்லாமல் குறைக்கப் பெற்றிருந்தது. மீனா உடனே விடைத்தாளை யாருக்கும் தெரியாமல் தன் கைப்பைக்குள் வேகமாக மறைக்க முயன்றாள். அதற்குள் அருகிலே இருந்த சுகந்தி அதைக் கவனித்துவிட்டாள்.

56

சுகந்தி : ஏ, மீனா. போடி, போயிக் காமிச்சு முதல் ரேங்க்
வாங்குடி.

மீனா : இல்ல வேணாம். யார்ட்டயும் சொல்லிடாத.

சுகந்தி : எதுக்குடி. நீயும் முதல் ரேங்க் தான். யாராச்சும்
இப்படி வேணும்னே விடுவாங்களா.

மீனா : இல்ல. இல்ல. அவங்க ரொம்ப நல்லவங்க.
எனக்குக் காசு வாங்காம டியூஷன்லாம்
எடுக்கறாங்க.

சுகந்தி : சரி, போ. எனக்கு என்ன சொல்லறதின்னு.
தெரில.

சுகந்தி மனவருத்தத்துடன் அமைதியானாள்.

காலம் உருண்டோடியது. மீனா இப்போது பத்தாம் வகுப்பு
வந்துவிட்டாள். இந்த ஆண்டு அவளுக்குப் பொதுத் தேர்வு
வருவதால் படிப்பில் அதிகமாக அக்கறை காட்டினாள்.

ஆனால் விதி வேறு விதமாக விளையாடியது.
அவளுடைய தாய் கொடிய நோயால் பாதிக்கப்பட்டுப் படுத்த
படுக்கையில் விழுந்தாள். வீட்டு வேலைகள் போட்டது
போட்டபடி கிடந்தது. வேளைக்கு உணவு கூட அவர்களால்
உண்ண முடியவில்லை.

இறுதியாக மீனா தாயின் உடல் நிலையைக் கவனித்துக்
கொள்ளவும், உணவு சமைக்கவும் பழகினாள். தேவையான

போதெல்லாம் தன் தாயை மருத்துவமனைக்கு அழைத்துச் செல்லலானாள். அதனால் அவளுடைய படிப்பு வெகுவாகப் பாதித்தது. பல நாள்கள் பள்ளிக்கு விடுமுறை எடுத்தாள். அவளுடைய கணித ஆசிரியை சுகந்தியிடம்,

'சுகந்தி, மீனா ஏன் வகுப்புக்குச் சரியாவே வாரதில்ல. என்ன பிரச்சினை' என்றாள்.

'அவங்க அம்மாவுக்கு உடம்பு சரியில்ல டீச்சர்'

'அவ தான் சோறு பொங்குறா. அவங்கம்மாவை ஹாஸ்பிடல் கூட்டிட்டுப்போறா அதனால தான்'

கணித ஆசிரியையின் தயவினாலேயே வருகைப் பதிவு குறைந்த பொழுதிலும் மீனா தேர்வு எழுத அனுமதிக்கப்பட்டாள். இருந்த போதிலும் மீனா நல்ல மதிப்பெண்களைப் பெற்றுத் தேர்ச்சி பெற்றாள்.

நாம் வேண்டுமென
நினைப்பது

கை தவறிப்
போவது என்பதே
இயல்பு.

மீனா இப்போது பன்னிரண்டாம் வகுப்பு படித்துக் கொண்டிருந்தாள். அப்போது அவளது தந்தைக்கு வேலை இல்லாமல் போயிற்று. வேறு வேலையும் உடனடியாகக் கிடைக்கவில்லை. அவரும் பல்வேறு நிறுவனங்களில் ஏறி இறங்கினார். போதாத நேரம் யாரும் சேர்த்துக் கொள்ளவில்லை.

ஏனென்றும் தெரியவில்லை. வீட்டிலே வறுமை
தாண்டவமாடியது. பசி கொடூரமாகத் தாக்கியது. மீனாவின் தாய்
உடல் நலம் தேறியிருந்தால், அவள் கிடைத்த
வேலைகளுக்குச் சென்றாள். அவளுடைய வருமானம்
பற்றாததால் மீனாவும் அவளுடன் வேலைக்குச் சேர்ந்து
கொண்டாள். இருவரும் சம்பாதிப்பதால் ஓரளவு பசியின்றி வாழ
முடிந்தது.

மீனாவின் படிப்பு அத்தோடு நின்று போனது.
வறுமையைப் பிறவியிலிருந்தே பார்த்துப் பழகியதால்
அவளுக்கு அது பெரிதாகத் தெரியவில்லை.
ஒருநாள் கணித ஆசிரியை மீனாவின் வீட்டிற்கே வந்து
விட்டார்.

'மீனா, வேலைக்குப் போறியாமே, ஸ்கூலுக்கு வரலியா'

'ஆமா டீச்சர். எங்க வீட்டுச் சூழ்நிலை அப்படி இருக்கு.
அம்மாவுக்கு இப்போ கொஞ்சம் பரவால்ல..
அப்பாவுக்கு உடம்பு சரியில்லாததால வேற வேல
கிடைக்கல'

'நான் வேணும்னா உனக்கு வெளில இருந்து
ஏதாச்சும் ஸ்காலர்ஷிப் வாங்கித் தரவா'

'இல்ல டீச்சர். ஸ்கூல், படிப்புன்னு வந்துட்டா,
எல்லா நேரமும் அதிலேயே போயிடும்.
அம்மாக்கு மறுடியும் உடம்புக்கு முடிலன்னா
பாத்துக்க முடியாது'

வேறு வழியில்லாமல் கணித ஆசிரியை திரும்பிச்
சென்று விட்டார்.

மாறிக் கொண்டேயிருக்கிறது
வாழ்வு.

சில நேரம் நல்லபடி
சில நேரம் மோசமானபடி.

பிறகு இரண்டு மூன்றாண்டுகள் ஓடிவிட்டன. மீனா
வேலையை முடித்து விட்டு வீட்டிற்கு வந்தாள். அன்று
மாலையில் அவர்களது வீடு முழுவதும் அந்நிய நபர்கள். சுகந்தி
மீனாவை அழைத்துக் கொண்டு அவளது வீட்டிற்குச் சென்றாள்.
அவளுக்கு ஒரு புதிய சேலையைக் கொடுத்து உடை மாற்றிக்
கொள்ளச் சொன்னாள். மீனாவைப் பெண் பார்ப்பதற்காக
மாப்பிள்ளை வீட்டார் வந்திருந்தனர். பெண்ணை அழைக்கும்
வரை மீனாவை அவளது தோழியின் வீட்டில் இருக்கச்
சொல்லியிருந்தார்கள்.

திடீரென ஏற்பாடு செய்ததால் அவளுக்கு எதுவும்
புரியவில்லை. மீனா படபடப்பாக அமர்ந்திருந்தாள். புதிய
உடையை அணிந்தபடி. சுகந்தி அவளிடம்

'வாடி, என் பெண்ணே. உன்னைத் தேடி ராஜகுமாரன்
வந்திருக்கானாம். இந்த மீனாவைக் குதிரைலே ஏத்தி
அப்படி ஒரு தனி உலகத்துக்குக் கூட்டிட்டுப் போறானாம்'

'என்னடி சொல்ற. ஒண்ணும் புரியல'

'உன்னைப் பொண்ணு பாக்க மாப்பிள்ள வந்திருக்காரு. அவரு நல்லாப் படிச்சு, சென்னைல கை நெறையச் சம்பாதிக்கறாராம். அவரு பேரு பாலு. உன்னச் சந்தோசமா வச்சிருப்பாரு பாரு. நீ நல்லா வருவ. ஒரு ரூபா கூட வரதட்சிணை வேணாம்னுட்டாராம். இன்னிக்கி தேதிக்கு அப்டி யாரும் உண்டா'

சுகந்தி மிகவும் ஆர்வமாக இருந்தாள். மீனாவை அணைத்து விட்டு

'உனக்கு நல்ல நேரம் வந்துடிச்சிடி' என்றாள் மீனாவைப் பார்த்து.

மீனாவிற்கு மிகவும் பயமாக இருந்தது.

நல்ல மனிதர்கள்
அருகிலிருக்கும் போது

சுவர்க்கமொன்றும்
பெரிதல்ல

மீனா திருமணமான கையோடு மீண்டும் நகரத்திற்குச் சென்றாள். அவளது தந்தையும் இப்போது நல்ல வேலைக்குச் செல்வதால் மீனாவின் வருமானம் குறைந்த போதும் அவளது பெற்றோர்கள் நிம்மதியாக வாழ்க்கையை நடத்தினார்கள். பாலு மீனாவை நன்றாகவே கவனித்துக் கொண்டான். மீனா தான், அவனிடம் எதுவும் கேட்பதற்குத் தயங்கினாள். நாள்கள் செல்லச் செல்ல மீனா இப்போது பாலுவுடன் நெருக்கமாகப் பழகத் தொடங்கினாள். ஒருநாள் பாலு,

'மீனா, உனக்கு ஏதாச்சும் சின்ன வயசு ஆசை இருந்தாச் சொல்லேன்' என்று வினவினான்.

'ஒண்ணும் இல்ல'

'சும்மா தயக்கப்படாம சொல்லு'

'நான் வந்து, சின்ன வயசுல சென்னைல நுங்கம்பாக்கத்துல தங்கி இருந்த வீட்டப் பாக்கணும்'

'வாவ், சூப்பர். வா போலாம்'

பாலு அவளைத் தனது வாகனத்தில் அவள் வாழ்ந்த பகுதிக்கு அழைத்துச் சென்றான். ஏறத்தாழ அனைத்துமே மாறியிருந்தது. சில மணி நேரத் தேடலுக்குப் பிறகு மீனா தான் வாழ்ந்த வீட்டைக் காட்டினாள். பாழடைந்து கிடந்தது. பாலுவிற்கு அவளது இளமையின் வறுமை புரிந்தது. இருவரும் அருகினில் இருந்த பூங்காவில் சிறிது நேரம் அமர்ந்து பேசிவிட்டு வீடு திரும்பினர். மனதுக்கு இதமான நேரமும், சூழலும் உற்ற துணையும் வாழ்வின் பெருங்கதவுகளைத் திறந்து விடுகின்றன.

ஆணும் பெண்ணும்
வேறு வேறு மாதிரி

இருவரின் வாழ்வும்
வேறு வேறு

குடும்ப அதிகாரம் பெண்களின் வசமிருந்தன. இரண்டு பெண்கள் ஒரு குடும்பத்திற்குள் வாழும் சூழலில் அந்த

அதிகாரத்தைத் தனித் தனியாகப் பிரித்துக் கொள்வது எளிதல்ல. ஆண்கள் தாய்க்கும் மனைவிக்கும் இடையே ஊசலாடுகிறார்கள். ஆணும், பெண்ணும் சமநிலையில் வாழ்வது பெரும் போராட்டமாக இருக்கிறது. ஒரு ஆண் ஒரு பெண்ணின் அன்பைப் பெறுவது தான் உலகிலேயே சிக்கலான செயல்.

மீனாவின் அத்தை மிகவும் கண்டிப்பான பெண்மணியாக இருந்தார். பாலுவும் தன் தாய்க்கு மிகவும் கீழ்ப்படிந்து நடந்தான். மீனாவும் பயபக்தியாக அத்தையிடமும் மாமாவிடமும் நடந்து கொண்டாள். அவளது அத்தையோ, மீனாவின் உறவினர் யாரும் வந்து மீனாவைச் சந்திப்பதை விரும்பவில்லை. பல சந்தர்ப்பங்களில் மீனா அவளது உறவினர் வீட்டிற்கோ சொந்த ஊருக்கோ செல்வதைத் தடுக்க ஆரம்பித்தாள்.

மீனா ஏழ்மையான குடும்பத்தில் இருந்து வந்து இருந்தாலும், அங்கு அவளுக்குக் கிடைத்த பரிவும், அன்பும் கிடைக்காமல் தவிக்க ஆரம்பித்தாள். பாலுவிடம் எத்தனையோ முறை எடுத்துச் சொல்லியும் அவன் தன் தாயிடம் வாதிடுவதைத் தவிர்த்து வந்தான். பதிலாக மீனாவைப் பேசிச் சரிக்கட்டினான்.

'இப்பதான் கல்யாணம் முடிஞ்சிருக்கு. கொஞ்ச நாள் போகட்டும், சரியாயிடும்' என்றான் பாலு.

மீனா தான் ஒரு வசதியான சிறையில் அகப்பட்டுக் கொண்டதைப் போல உணர்ந்தாள். அதிலிருந்து எப்படி மீள்வதென்பது அவளுக்குப் புரியவில்லை. சிலந்தியின் வலைப்பின்னலில் எல்லோரையும் போல அவளும் சிக்கித் தவித்தாள்.

ஒரு நாள் பாலு, மீனாவின் தடைபட்ட கல்வியைத் தொடர்ந்து படிப்பதற்கான விண்ணப்பங்களை வாங்கி வந்து இருந்தான். மீனாவிற்கு அவளது மகிழ்ச்சியைத் தாங்கிக் கொள்ள முடியவில்லை.

'உண்மையாவா?' என்றாள் அவள்

'ஆமா, நீ தொடர்ந்து படிச்சு நல்ல மாதிரி வரணும்'

அவளுக்குத் தான் எப்படியும் நல்லபடி கல்வி கற்று நல்ல நிலைக்கு வரவேண்டுமென நீண்ட நாள் ஆசை. ஆனால் அத்தையோ வேண்டாமென உறுதியாகச் சொல்லிவிட்டாள். படிப்பு வேலை என்று சென்றுவிட்டால், பிள்ளைப்பேறு பிள்ளைகள் வளர்ப்பு எல்லாம் சரி வராது என்று கூறிவிட்டாள்.

பாலுவும் தன் தாயிடம் எவ்வளவோ வாதாடிப் பார்த்தான். ஆனாலும் பாலுவின் தாய் சம்மதிப்பதாக இல்லை. வேறு வழி தெரியாமல் அவனும் விட்டு விட்டான். அன்றிரவு மீனா மிகவும் சோகமாக இருந்தாள். இரவில் படுக்கையில் சிறிது நேரம் அழுதபடி இருந்தாள்.

'அழாதே, பிறகு பார்த்துக் கொள்ளலாம்' எனச் சமாதானம் செய்தான் பாலு.

மீனாவிற்கு ஏனென்று தெரியவில்லை பாலுவின் மீது அவளுக்குக் கோபமாக வந்தது. அன்றிரவு முழுவதும் அவள் தூக்கம் வராமல் தவித்தாள்.

காலம் வேகமாக உருண்டோடியது. பாலுவிற்குத் தற்போது பணியிலிருக்கும் அலுவலகமும் அவனுக்குத் தரப்பட்ட வேலையும் ஓரளவு இலகுவாகவே இருந்தது. இரண்டு வருடங்களுக்கு முன்பு பாலுவிற்குத் திருமணம் முடிந்த கையோடு அடுத்தடுத்து இரண்டு குழந்தைகள் பிறந்திருந்தன.

பாலுவும் அவனது குடும்பமும் கடந்த சில ஆண்டுகளில் நிம்மதியாக வாழ்ந்து கொண்டிருந்தனர்.

அவன் தனது மனைவிக்கு முடிந்த அளவு அனுசரணையாகவும் உதவியாகவும் இருந்து வந்தான். அவளை முழுமையாக ஏற்றுக் கொண்டான். ஆனால் ஒரு விஷயத்தைத் தவிர. அவன் மனைவி எப்போதும் தன் பிறந்த குடும்பத்தைச் சேர்ந்தவர்களுக்கு முக்கியத்துவம் அளிப்பதையும், அவனோடு வாழ வந்த புதிய வாழ்க்கையை இரண்டாம் பட்சமாக எடுத்துக் கொள்வதையும் அவனால் ஏற்றுக் கொள்ள முடியவில்லை.

மூன்றாண்டுகள் சிறு சிறு சலசலப்புகள் இருந்தாலும் இருவரும் மிகவும் அந்நியோன்யமாகத் தான் வாழ்ந்தனர். பாலுவின் வேலையில் நல்ல முன்னேற்றமும் நல்ல வருமானமும் இருந்து வந்தது.

இருவரும் அடிக்கடி பூங்காக்களுக்கும் உணவகங்களுக்கும் கோவில்களுக்கும் சென்று வந்தனர். குழந்தைகளின் வரவு அவர்களது வாழ்வை அர்த்தமுள்ளதாக்கியிருந்தது.

அவ்வப்போது மீனாவின் உறவினர்கள் வீட்டிற்கு வரும் போதோ, அவர்களது குடும்ப நிகழ்வுகளில் பங்கேற்கச் செல்லும் போதோ, அவர்களுக்குள் பாலுவின் தாயால் சண்டைகள் வந்து போயின. ஒவ்வொரு முறையும் அவள் உறவினர்களைச்

சந்திக்கச் செல்லும் போது தனது அத்தையின் அனுமதி பெறும்
வரை பெரிய உளப்போராட்டத்திற்கு ஆளானாள். நாளாக நாளாக
அதுவே அவளுக்குப் பாலுவின் மீதான வெறுப்பாக மாறத்
தொடங்கியது. அவனும் எவ்வளவோ அனுசரணையாக
இருந்தும் பிரச்சினைகளை முடிவுக்குக் கொண்டு வர
முடியவில்லை.

கடமைகளின் சுமை
எப்போதும்
தோள் மீதிருக்கின்றன

சில நேரம் இலகுவாக
சில நேரம் கனமாக

குடும்பப் பொறுப்பு அதிகமான காரணத்தால் பாலுவிற்கு
அவன் வாங்கிய சம்பளம் போதவில்லை. வேறு வேலைக்குப்
போகலாம் என்றால் சமூகச் சூழ்நிலைகளின் காரணங்களால்
அவனுக்கு எளிதில் கிடைக்கவில்லை.

அடிமட்டத்தில் வேலை செய்யும் போது நிர்வாக மற்றும்
அலுவல் சார்ந்த அரசியல் குறைவாக இருந்ததால் எளிதில்
வேலை கிடைத்திருந்தது. பதவியும் அதிகச் சம்பளமும் உள்ள
வேலையாக இருந்தால் சமூகச் சூழ்நிலைகள் மற்றும் குடும்பப்
பின்னணிகள் ஆய்வு செய்யப்பட்டுத்தான் வழங்கப்படுகின்றன.
இங்கே திறமையும் அனுபவமும் இரண்டாம்
பட்சமாகிவிடுகிறது. அவசரத்துக்கென அவனிடம் கைமாற்றாக
வாங்கிய சில பேர் அவனை ஏமாற்றிவிட்டனர்.

நல்லவர்கள் என நாம் நம்பும் மனிதர்களின் முகத்திரை கிழிந்து மோசமாக மாறுவதும், மோசமானவர்கள் என நாம் நம்பும் மனிதர்கள் திடிரெனக் கருணையோடு உதவி செய்வதும் வாழ்வின் விசித்திர சித்திரங்கள்.

வழக்கமான செலவுகளும், கடன் சுமையும் பாலுவிற்குப் பெரியளவில் மன அழுத்தத்தைத் தந்தன.

புரிதலை நோக்கி
நகர்வது

ஒரு நீண்ட தூரப்
பயணம்.

சில நேரங்களில் பாலுவின் தாயாருக்கும், மனைவிக்கும் அடிக்கடி சண்டைகள் வரத் தொடங்கின. பாலுவின் தாய் அவனது மனைவியின் சுதந்திரத்தில் தலையிடுவதும், அதனால் அவள், பாலுவிடம் அடிக்கடி சண்டை போடுவதும் நடந்தது. ஒருநாள் மீனா பாலுவிடம்

'நீங்க என்னன்னே கேட்க மாட்டிங்களா?'

'உனக்குத்தான் தெரியாதா. நாம போயிப் பேசினா என்ன நடக்கும்னு' என்று அவன் பதிலளித்தான்.

வார்த்தைகள் சில நேரங்களில் செயலற்றுப் போய் விடுகின்றன.

விளிம்பில் நின்று
கொண்டு

விண்ணை வேடிக்கை
பார்க்க வேண்டியுள்ளது

ஏறத்தாழ மூன்று, நான்கு ஆண்டுகள் அவன் தொடர்ந்து ஒரே நிறுவனத்தில் பணி புரிந்ததால் அவனது இடத்திற்கு அவனை விட அனுபவமும் சம்பளமும் குறைந்த பணியாளரை நியமித்து விட்டுப் பாலுவை வேலையிலிருந்து அனுப்பிவிட அவர்களது நிர்வாகம் முடிவு செய்து விட்டது. ஒரே நேரத்தில் பல முனைகளிலிருந்தும் பாலுவுக்குப் பிரச்சினைகள் முளைக்கத் தொடங்கிவிட்டன.

அவன் எதையும் பொருட்படுத்தாமல் அவனது பணியில் கவனம் செலுத்தினாலும், அவனுக்குள் உள்ளூர அவன் மனதில் பெரிய அளவில் அழுத்தம் பதிந்தது. சில சூழ்நிலைகள் மனிதனை வாழ்வின் எல்லைக்குக் கொண்டு செல்கின்றன.

பாலுவிற்கு அலுவலகத்தில் நெருக்கடி முற்றியது. அவன் வேலையை விட்டுவிடத் தீர்மானித்தான். ஆனால் அவனுக்கு வேறு வேலை கிடைக்கவில்லை. நகரத்தை விட்டு ஊருக்கே சென்று விடலாமென்று நினைத்தான்.

அவனது முடிவில் அவன் மனைவிக்குத் துளியும் விருப்பமில்லை. இருந்தாலும் சூழ்நிலை கருதி அவன் முடிவிற்கு இணங்க வேண்டிவந்தது. பாலு மனதளவில் தளர்ந்து போயிருந்தான். எதிர்காலம் அவனுக்கு இருண்டு போயிருந்தது.

மனைவியின் அனுசரணையும், அன்பும், ஒத்துழைப்பும்
இல்லாமல் தவித்தான்.

வாங்கிய கடன்களுக்கு வட்டி வேறு கட்ட
முடியவில்லை. வீட்டிலுள்ள பொருள்களை ஒவ்வொன்றாக
விற்றுக் காலம் தள்ளினான். தனது இரு சக்கர வாகனத்தையும்
மடிக் கணினியையும் விற்றுச் சில கடன்களை அடைத்தான்.
பின்னர் கடன்காரனாகவும், வருமானம் இல்லாதவனாகவும்
சொந்த ஊருக்குத் திரும்பினான். அது அவனுக்கும், அவன்
மனைவிக்கும் அவமானமாகவும், மன உளைச்சலாகவும்
இருந்தது. ஆனால் வேறு வழியில்லை.

வீடு என்பது
சிறை போன்றது.

அன்பால் நிரம்பியது.

உலகின் எந்த மூலைக்குச்
சென்றாலும்
கூட்டிற்கே திரும்பி
வருகிறது பறவை

பாலுவின் குடும்பம் சொந்த ஊருக்கு வந்து சில
மாதங்கள் ஆயின. பாலு துளியும் நிம்மதியில்லாமல் இருந்தான்.
படித்த படிப்பிற்குரிய வேலைகள் அங்கே இல்லை. பகலில்
அவனுக்கு நேரம் போகவில்லை குழந்தைகள் மீது ரொம்பவும்
அன்பாக இருந்தான்.

அவன் மனைவி அவனோடு அறவே பேசவில்லை.
அவனுடைய பிரச்சினைகளில் அவளுக்கு அக்கறையில்லை.
எப்போதாவது மீனா பாலுவிடம் பேசுவாள்.

'நாம மறுபடியும் சென்னைக்கே போகலாமா'

'கொஞ்சம் பொறு. இந்தக் கடனெல்லாம் அடைச்சிட்டா கூட்டிட்டுப் போறேன்'

'உங்களுக்கு ஏழு ஜென்மம் ஆனாலும் கடன் தீராது'.

ஆணின் சிந்தனை முறையும் பெண்ணின் சிந்தனை முறையும் வேறு வேறு. ஆண்களுக்குரிய பிரச்சினைகள் வேறு பெண்களுக்குரிய பிரச்சினைகள் வேறு. அவனது பிரச்சினைகளை அவளுக்கும் அவளது பிரச்சினைகளை அவனுக்கும் ஒருவருக்கொருவர் பகிர்ந்து கொள்வதும் புரிதலைடைதலும் சிரமமானதாக இருந்தது. ஆணுக்கும் பெண்ணுக்குமான உடல் மற்றும் மன ரீதியாக வேறு பாடுகளைக் கடந்து ஒரு புள்ளியை நோக்கி இருவரும் நகர்ந்து வருவதுதான் வாழ்வின் ஆகப் பெரும் சவால்.

வீழ்ச்சியும் எழுச்சியும்
மாறி மாறி வரும்

நல்ல நண்பன்
இரண்டிலும்
பங்கெடுப்பவனாக
இருக்கிறான்

கண்ணன் பாலுவுக்குக் கொஞ்சம் ஆறுதலாயிருந்தான். அவ்வப்போது அவனுக்குப் பண உதவியும் செய்தான். அவன்

மட்டும் இல்லையென்றால் பாலு தற்கொலை செய்யும் நிலைக்குச் சென்று இருந்திருப்பான்.

சில நேரங்களில் ஆண் பெண் இருபாலின் காதல் ஈர்ப்பு செய்கிற மாயத்தை, எந்தவித எதிர்பார்ப்புமின்றி நட்பு செய்து விடுவது என்பது மற்றுமொரு மாயம். நல்ல நண்பன் என்பவன் இந்த வாழ்க்கை நமக்குத் தருகிற கூடுதல் பரிசு. ஒருநாள் கண்ணன் பாலுவைச் சந்தித்து,

'என்ன பாலு, எப்படி இருக்க? சென்னைல இருந்து குடும்பத்தோட வந்துட்டதா கேள்விப்பட்டன்'

'ஆமா, கண்ணன். வேலை சரியா செட் ஆகல. கொஞ்ச நாள் ஊர்லயே இருக்கலாம்னு .வந்துட்டேன்'

'காசு எதுவும் வேணும்ன்னா கேட்டு வாங்கிக்கோ. இப்போ எனக்கு பிசினஸ் நல்லாப் போகுது. அடுத்த எலெக்ஷன்ல ஜெயிச்சிட்டா கவுன்சிலர் ஆயுடுவேன்'.

கண்ணனின் தன் மீதான அன்பில் பாலு நெகிழ்ந்து போனான்.

சுரேஷும் மகேஷும் நல்ல நிலையில் இருந்த போதும் பாலுவோடு இப்போது நெருங்கிப் பழகவில்லை. உதவி செய்யயவும் முன்வரவில்லை. அதிலொன்றும் பாலுவிற்கு எந்த வருத்தமும் இல்லை. அவனது அனுபவத்தில் அவன் நிறம் மாறும் மனிதர்களை நிறையப் பார்த்திருந்தான்.

கண்ணன் தேர்தலில் வெற்றிபெற்று இப்போது அந்தப் பகுதியின் கவுன்சிலராக மாறிவிட்டான். பொதுச் சேவையில் அவனுக்கு நல்ல அனுபவம் கிடைத்திருந்தது. வியாபாரமும் அவனுக்கு இப்போது நல்லபடி சென்றது. கண்ணனை நினைத்தால் பாலுவிற்குப் பெருமையாக இருந்தது.

காலம் செல்லச் செல்ல
முரண்பாடுகள்
சமன்பாடுகளாகின்றன

பொறுமையோடு
காத்திருந்தால்
வாழ்வென்பது
மிக மிக எளிது.

சில மாதங்களுக்குப் பிறகு பாலுவிற்குக் கொஞ்சம் சுமாரான வேலைகள் கிடைத்தன. கொஞ்சம் கொஞ்சமாகத் தன் கடன்களை அடைக்கத் தொடங்கினான் பாலு. அவன் மனைவி இப்போது மெல்ல மெல்ல அவனைப் புரிந்து கொள்ளத் தொடங்கினாள். இருவருக்கும் மீண்டும் வாழ முடியுமெனும் நம்பிக்கை பிறந்தது.

மனதில் நினைத்தபடி பெரிய வாழ்க்கையை வாழ முடியாத போதும் எளிமையான மனநிறைவான வாழ்க்கையை வாழத் தொடங்கினார்கள்.

காலம்
எல்லாப் பிரச்சினைகளுக்கும்
மருந்திடுகிறது.

ஒரு சில வருடங்கள் ஓடி விட்டிருந்தன. ஒரு வழியாகக் கடுமையாக உழைத்துப் பாலு கடன்களை முடித்திருந்தான். அது மீனாவிற்குப் பெரும் நிம்மதியை அளித்தது.

மீனாவின் அத்தை இப்போது கொஞ்சம் மாறியிருந்தாள். அவளுக்கு மீனாவின் மீது கருணையும் பரிவும் உண்டாகி இருந்தது. பாலு மீண்டும் மீனாவோடு அன்போடு பழகத் தொடங்கியிருந்தான். மீனாவும், தான் பாலுவோடு மிகவும் கண்டிப்பாகவோ கோபமாகவோ நடந்து கொண்டதை நினைத்து வருந்தினாள்.

தடைகளைத் தாண்டிக்
கடந்து செல்ல
ஒரே ஒரு உறுதுணை
அன்பு தான்.

அனைத்து வகையான
சமூகக் கட்டமைப்புகளுக்கும்
அடிப்படை அது தான்

பாலு அலுவலகம் முடிந்து சீக்கிரம் வீட்டிற்கு வந்திருந்தான். அன்று அவர்களுக்குத் திருமண நாள். அவனும் அவன் மனைவி குழந்தைகளும் கோவிலுக்குச் சென்றுவிட்டு, பிறகு உணவகத்தில் உணவருந்திவிட்டு வீட்டிற்கு வந்து வீட்டிலே ஓய்வெடுத்தார்கள். பாலு சிறிது நேரம் குழந்தைகளோடு விளையாடினான். அவன் மனைவியிடம் தன் எதிர்காலத் திட்டங்களைப் பற்றிப் பேசினான். பிறகு அவர்கள் உறங்கச் சென்றார்கள்.

பாலுவின் மனைவியும் குழந்தைகளும் அயர்ந்து உறங்கினார்கள். பாலு படுக்கையில் இருந்தபடி சிந்தித்துக் கொண்டிருந்தான். ஒருவேளை அவன் தன் பழைய காதலிகளில் யாரோ ஒருவரை மணந்திருந்தாலும் இப்போதுள்ள பிரச்சினைகள் வந்து தான் போயிருக்கும். ஆனால் வெவ்வேறு வடிவிலே இருந்திருக்கும். ஒரு ஆண் தனது வாழ்க்கையை ஒரு பெண்ணிடம் பகிர்வதிலே எவ்வளது போராட்டங்கள். அவளது நம்பிக்கையைப் பெற்று வாழ்க்கையைக் கடத்துவது தான் அவனுக்கு இருந்த பெரிய சவாலாக இருந்தது.

தடைகள் எந்த வடிவிலே வந்தாலும் காதலும் அன்பும் பொறுமையோடும், பரிவோடும் அதனைக் கடந்து செல்லும்.

******** முற்றும் ********